மன அழுத்தம் விரட்டலாம்

மன அழுத்தம் விரட்டலாம்

சோம வள்ளியப்பன்

SPECIFICS

Title: Mana Azhutham Viratalam
Author's Name: Soma Valliappan

Published by ZDP Specifics

ZDP SPECIFICS

(An imprint of Zero Degree Publishing)
No. 55(7), R Block, 6th Avenue,
Anna Nagar,
Chennai - 600 040

Website: www.zerodegreepublishing.com
E Mail id: zerodegreepublishing@gmail.com
Phone: 89250 61999

ZDP Specifics First Edition: May 2024
ISBN: 978-93-95222-31-0
TITLE No. ZDPS: 82

Rs. **90**/-

Layout: G.Selva kumar
Cover Design: Vijayan, Creative Studio
Printed at Rathna Offset, Chennai, India

பொருளடக்கம்

**உலக சுகாதார நிறுவனம் (WHO)
மாணவர்களுக்குப் பரிந்துரைக்கும்
பத்து அடிப்படை வாழ்வியல் பயிற்சிகளுள்
இது ஒன்று.**

The ability to handle tension and stress is a simple recognition by students of the things in life causing them stress.

மாணவர்கள் பதற்றம், மன அழுத்தம் ஆகியவற்றிலிருந்து மீள்வதற்கு, இவை நம் வாழ்வில் எவற்றால் ஏற்படுகின்றன என்பதைப் புரிந்துகொண்டாலே போதும்.

'WHO' மாணவர்களுக்குப் பரிந்துரை செய்யும் பத்து அடிப்படை வாழ்வியல் பயிற்சிகள்

1. முடிவெடுக்கக் கற்கலாமா?
2. பிரச்னைகளைத் தீர்க்கலாமா?
3. மாறுபட்டுச் சிந்திக்கலாமா?
4. ஆழ்ந்து யோசிக்கலாமா?
5. பேசப் பழகலாமா?
6. உறவு பேணலாமா?
7. நம்மை நாமே அறியலாமா?
8. பிறரைப் புரிந்து கொள்வோமா?
9. உணர்ச்சி வசப்படலாமா?
10. மன அழுத்தம் விரட்டலாமா?

Handling Stress

1.டென்ஷன் படுத்தும் பாடு

கடைசிப் பந்தில் ஒரு ரன் தேவை. மிச்சமிருப்பது ஒரு விக்கெட்.

இதைவிட ஒரு பரபரப்பான கிரிக்கெட் மேட்ச் இருக்கமுடியாது. அதுவும் அந்த ஆட்டத்தில் இந்திய அணி ஆடுகிறது என்றால் பரபரப்புக்குக் கேட்கவேண்டாம்.

நெஞ்சில் கைவைத்துக்கொண்டு, வைத்த கண் வாங்காமல் மேட்சைப் பார்த்துக்கொண்டிருக்கிறார்கள் ரசிகர்கள்.

இதுபோன்ற சந்தர்ப்பங்களில் விளையாட்டு வீரர்கள் மனதளவில் சமநிலையோடு இருப்பார்கள்.

எக்காரணத்துக்காகவும் படபடப்பு காரணமாகத் தங்கள் இயல்பு நிலையை இழக்கக்கூடாது என்பதில் கவனமாக இருப்பார்கள்.

ஆனால் ரசிகர்கள் மனதோ திக்...திக்...திக்... என்று அடித்துக் கொண்டிருக்கும்.

பௌலர் வேகமாக ஓடிவருகிறார்...

என்ன ஆச்சு?

வீட்டில் கரண்ட் போய்விட்டது. அவ்வளவுதான். டி.வி முன்னால் அமர்ந்துகொண்டவர்களின் படபடப்பு மேலும் அதிகரித்து மின்வாரியத்தைத் திட்டுவார்கள், அதன் அமைச்சரை சபிப்பார்கள்.

உலகமே வெறுப்பு மயமாக அப்போது அவர்களுக்குக் காட்சி தருகிறது.

'அடடா, இப்போது பந்து வீசியிருப்பார்களே, முடிவு என்ன ஆயிருக்கும்?' - பதைபதைக்கிறது.

★★★

அது ஒரு வகுப்பறை. வகுப்பாசிரியை வந்துவிட்டார். அவர் கையில் கணிதத் தேர்வின் விடைத் தாள்கள்.

கண்ணன் மற்ற எல்லாப் பாடங்களிலும் நல்ல மதிப்பெண்கள் பெற்றிருந்தான். கணக்கில் மட்டும் 100 மதிப்பெண்கள் வாங்கிவிட்டால் போதும்.

அவன்தான் இந்த முறை முதல் ரேங்க். அதுவும் முதல் முறையாக.

கண்ணன் வகுப்பில் முதல் ரேங்க் எடுக்கவேண்டும் என்பது அவனுடைய பெற்றோரின் நெடுநாள் கனவு. ஆசிரியர் கையில் கணித விடைத்தாளைப் பார்த்ததுமே அவனுடைய மனம் திக் திக் என்று அடித்துக்கொண்டது.

★★★

மாலதி சரியான நேரத்தில் தேர்வுக்குப் போயாக வேண்டும். நேரமாகிறது என்று ஒருவாய்கூட சாப்பிடாமல் பேருந்தில் ஏறினாள்.

'அப்பாடா! நல்ல வேளை' என்று மனம் ஆறுதலடைந்தபோது நிற்கக்கூடாத இடத்தில் வண்டி நின்றது.

அதன்பிறகு அதைக் கிளப்ப முயற்சித்த முயற்சிகள் அனைத்தும் வீணாகிப் போயின. ‘பிரேக் டவுன்’ என்று அறிவித்தார் கண்டக்டர்.

அவ்வளவுதான் மாலதிக்கு பல்ஸ் எகிறிவிட்டது.

இப்படி, சின்னதும் பெரியதுமாக எல்லோருக்கும் நிறைய, பரபரப்பான, நகத்தைக் கடிக்க வைக்கும், இருக்கை நுனியில் அமரவைக்கும், வயிற்றில் பட்டாம்பூச்சி பறக்கவைக்கும் நேரங்கள் வருகின்றனவா இல்லையா?

நாமும் டென்ஷனாகி நம்மைச் சுற்றியுள்ளவர்களும் டென்ஷன் ஆவதைப் பார்க்கிறோம்.

சிலர் டென்ஷனாகி சண்டைக்குக்கூட போவார்கள். யாரோ எவரோ எதுவோ சொல்லிவிட்டார்கள் அல்லது கேலி செய்துவிட்டார்கள் என்று அடிக்கப் போனவர்கள்,

அதனால் பிரச்னைகளில் மாட்டிக்கொண்டவர்கள், என நிறைய அடுக்கிக்கொண்டே போகலாம்.

பதற்றம், பரபரப்பு, கோபம், ஆக்ரோஷம், வெறி. எல்லாமே ஒரு மனிதனுடைய உணர்ச்சிகளின் ஒரு பகுதியாகிவிட்டது.

டென்ஷன் என்பது, பெரியவர்களுக்கும் வருகிறது. சிறியவர்களுக்கும் வருகிறது. ஆசிரியர்களுக்கும் வருகிறது, மாணவர்களுக்கும் வருகிறது.

நல்லதற்கும் வருகிறது. கெட்டதற்கும் வருகிறது. விளையாட்டிலும் வருகிறது, படிக்கும்போதும் வருகிறது. அனைத்தையும் விட்டொழித்த துறவிக்கும் டென்ஷன் வருகிறது.

விஸ்வாமித்திரர், துர்வாசர் போன்றவர்கள் அடிக்கடி சாபம் தருவதைப் புராணங்களில் படித்திருக்கிறோம்.

சரி, இதனால் என்ன நன்மை?

டென்ஷன் ஏன் வருகிறது?

எப்போதெல்லாம் வருகிறது?

நமக்கு டென்ஷன் வருவதற்கு யார் காரணம்? அல்லது எவை காரணங்கள்?

இந்த டென்ஷனைத் தவிர்க்க முடியுமா?

முடியும் என்றால் எப்படித் தவிர்ப்பது?

அதைவிட முக்கியம் ஏன் அதைத் தவிர்க்கவேண்டும்?

என் உணர்ச்சிகளை வெளிக்காட்டிக்கொள்வதால் யாருக்கு என்ன நஷ்டம்?

2.டென்ஷன் என்றால் என்ன?

முதல் அத்தியாயத்தில் பல சம்பவங்களையும் நிகழ்ச்சிகளையும் பார்த்தோம். அவை எல்லாவற்றுக்கும் டென்ஷன் என்கிற வார்த்தை பொருத்தமாகவே இருந்தது.

அதற்கு வேறு பதங்களும் உண்டு. அதில் ஒன்று - பதற்றம்.

ஆசிரியை தரப்போகும் விடைத்தாளில் என்ன மதிப்பெண் வருமோ என்று கண்ணன் பரிதவித்ததின் பெயர் - கவலை கலந்த ஆர்வம். பதற்றம்.

ஒருவேளை தேர்வுக்குச் சரியாகப் படிக்காமல் போயிருந்து, விடைத்தாள்களை வாங்கும்போது கைநடுங்கினால் அதற்குக் காரணம் பயம்.

‘அடடா! நாம்தான் சரியாக எழுதவில்லையே! எப்படியும் குறைந்த மதிப்பெண்கள்தான். வீட்டில் என்ன திட்டுவிழுமோ? மற்ற மாணவர்கள், மாணவி முன்னால் அவமானப்பட வேண்டுமே என்றெல்லாம் எண்ணுவது பயத்தால்.

பேருந்து பிரேக் டவுன், சைக்கிள் பங்சர், விளையாடப் போகும் நேரத்தில் அப்பா கடைக்குப் போகச் சொல்லுவது, உற்ற

நண்பன் பேசாமல் இருப்பது போன்ற சந்தர்ப்பங்களில் நமக்கு எரிச்சல் கலந்த கோபம் ஏற்படுகிறது.

இந்த உணர்வுகள் ஒவ்வொன்றையும் விளக்கமாகப் பார்க்கலாம்.

முதலாவது பரபரப்பு.

பரபரப்பாக இருக்கும்போது நம் வேலைகளை எப்படிச் செய்கிறோம்? சரியாகச் செய்யமுடிகிறதா?

சிலருக்குத் தேர்வுகள் என்றால் பரபரப்பு வந்துவிடும். தேர்வு ஆரம்பமாகிறது என்பதை அறிவிக்கும் மணி அடித்ததுமே, அவர்களிடம் கூடுதல் பரபரப்பு தொற்றிக்கொள்ளும். நன்றாகப் படித்ததைக்கூட மறக்கடித்துவிடும்.

வகுப்பு கலகலப்பாகத்தான் போய்க்கொண்டிருக்கும். நிம்மதியாக உட்கார்ந்து ஆசிரியர் நடத்துவதைக் கேட்டுக்கொண்டிருப்போம்.

திடீரென்று ஆசிரியர் நம் பக்கம் திரும்பி, ‘நீ எழுந்து இதற்கு விடை சொல்’ என்று கை காட்டியதுதான் தாமதம், நமக்குப் பேச்சுமூச்சு நின்று போகும்.

விடை தெரிந்தாலும் தவறாகப் போய்விடுமோ, அடுத்தவர்களின் கேலிப் பேச்சுக்கு ஆளாக நேருமோ என்று அச்சம் கொள்வோம். உடல் நடுங்கும். வார்த்தைகள் குளறும்.

பதறாத காரியம் சிதறாது என்பார்கள். அதாவது பதற்றம் அடைந்தால் காரியம் கெட்டுப்போகும் என்று அர்த்தம். நிதானமாக இருக்கும்போது, நம்முடைய சக்தி அனைத்தும் நம்மிடமே இருக்கின்றன.

சிலர் பரபரப்பின்போது தவறிப்போய் செய்யக்கூடாததைச் செய்துவிடுவோம். சிலர் உளறுவார்கள். ஒரேயடியாக வாயடைத்துப் போய்விடுவார்கள்.

எரிச்சல் வந்தாலும் பிரச்னைதான். திட்டிவிடுவது, கெட்ட வார்த்தைகள் பயன்படுத்துவது என அந்தச் சமயத்துக்கு என்ன தோன்றுகிறதோ அதைச் செய்து விடுவோம்.

ஒரு சிலர் தங்களுடைய எதிர்ப்பை வேறுவிதமாகத் தெரிவிப்பார்கள். அமைதியாக அந்த இடத்தைவிட்டுச் சென்றுவிடுவார்கள்.

இதனால் நம்மைத் தாக்கிப் பேசியவருக்கும் அல்லது நம்மை டென்ஷன் ஏற்படுத்தியவருக்கும் அதனால் கோபமடைந்த நமக்கும் இடையே இருந்த உறவு கெட்டுப்போகலாம்.

கோபம், ஆத்திரம். இவற்றைப் பற்றிச் சொல்லவே வேண்டாம். ‘ஆத்திரக்காரனுக்குப் புத்தி மட்டு’ என்று பழமொழியே உண்டு.

அளவுக்கு அதிகமான ஆத்திரம் கண்ணை மறைத்துவிடும். மூளையை, அந்த நேரத்துக்கு மழுங்கச் செய்துவிடும்.

என்ன செய்கிறோம் என்றே தெரியாமல் போய்விடும். இதை ‘எமோஷனல் ஹைஜேக்’ என்பார்கள்.

முட்டாள்தனமாக எதையாவது செய்துவிட்டு, பின்பு நீண்டநாள் வருத்தப்படும்படி ஆகிவிடும்.

அந்த ஒரு விநாடி கண்ணை மறைக்கும் கோபம், கண் மண் தெரியாத கோபம்.

சிலர் அரிவாள் தூக்கிவிடுவார்கள். சிலர் துப்பாக்கியை. டெல்லி பள்ளிக்கூடத்தில் ஒரு எட்டாம் வகுப்பு மாணவன் தன் நண்பனையே சுட்டுக்கொன்று விட்டான். அதுவும் பள்ளிக்கூட வளாகத்திலேயே.

கோபம் தன்னிலையை மறக்கச் செய்கிறது. கோபம் வடிந்தபின் வருத்தப்படலாம். ஆனால் அதனால் ஒரு பலனும் கிடையாது.

அடுத்து என்ன நடக்குமோ என்கிற ஆர்வம் அல்லது இப்படி நடந்துவிட்டதே என்கிற கோபம். இவைதான் ஒரு மனிதன் படபடப்படையக் காரணம்.

விளைவுகளை எண்ணி அவன் யோசிக்கும்போது உணர்ச்சி வசப்பட்டுவிடுகிறான். ஒருவன் படபடப்பு அடைகிறான் என்றாலே அவன் இயல்பான நிலையில் இல்லை என்று அர்த்தம்.

Understanding Stress

3.டென்ஷன் ஏன் வருகிறது?

டென்ஷன் எல்லோருக்கும்தான் ஏற்படுகிறது. சிலர் காட்டிக்கொள்வதில்லை. அவ்வளவுதான். சிலருக்கு அதிகமாக டென்ஷன், அதுவும் எதற்கெடுத்தாலும். வேறு சிலருக்கு எப்போதாவது எட்டிப் பார்க்கும்.

நாம் படபடப்பு அடைவதற்குப் பல காரணங்கள் இருக்கின்றன. ஒவ்வொன்றாகப் பார்க்கலாம்.

என்ன நடக்குமோ என்கிற பரபரப்பு.

ஒரு வகுப்பு முடிந்துவிட்டது. அடுத்த வகுப்புக்கான ஆசிரியர் இனிமேல்தான் வரவேண்டும். அந்த நேரம், எல்லா மாணவர்களும் சத்தமாகப் பேசிக்கொண்டும் விளையாடிக்கொண்டும் இருக்கிறார்கள். ஒரே இரைச்சல்.

அப்போது அந்த வழியாக நடந்துபோன தலைமையாசிரியர், என்ன இங்கே இவ்வளவு சத்தம் என்று கேட்டபடியே வகுப்புக்குள் வேகமாக நுழைகிறார்.

அந்தச் சமயம் பார்த்து வகுப்பில் இரண்டு பேர் கைகலப்பில் ஈடுபட்டுக்கொண்டிருக்கிறார்கள். தலைமை ஆசிரியர் இதைக்

கவனித்தாரா என்று தெரியவில்லை. ஆனால் அவர் உள்ளே வந்ததும், சத்தம் அடங்கிவிடுகிறது.

கைகலப்பில் ஈடுபட்ட மாணவர்கள் நடுங்கிக்கொண்டு இருந்தார்கள். தலைமை ஆசிரியர் பார்த்துவிட்டாரா, அடுத்து என்ன செய்வார், நம்மைக் கண்டிக்கப்போகிறாரா?

சாலை விபத்தில் ஒருவர் இறந்துவிடுகிறார் என்று தொலைக்காட்சி செய்தியில் சொல்கிறார்கள். பார்த்துக்கொண்டிருக்கிறோம்.

நமக்கு எப்படி இருக்கும்?

'அய்யோ பாவம்' என்று இருக்கலாம்.

தொடர்ந்து செய்தி வாசிப்பவர், இறந்துபோனது ஒரு மாணவன் என்று சொல்ல, நம் கவனம் என்ன ஆகும்? அதிகமாகும்.

அதற்கும் அடுத்து, இறந்த மாணவன் படிக்கும் பள்ளியின் பெயரையும் அவர் சொல்ல, 'அட! அது, நாம் சில வருடங்களுக்கு முன் படித்த பள்ளி' என்பது நமக்குத் தெரிகிறது. மாணவன் பெயரையும் சொல்லப்பட, அது நமக்கு மிகவும் நெருங்கிய நண்பனாக இருந்தவன் பெயர் போல இருக்கிறது. இப்போது நாம் எவ்வளவு கவனமாக அந்தச் செய்தியைக் கவனிப்போம்!

அந்தச் செய்தி நமக்கு முக்கியமாகிவிட்டது. அந்தச் செய்தி நம்மைப் பாதிக்கிறது.

காரணம், அது நமக்குத் தெரிந்த பள்ளியில் படித்த ஒருவரைப் பற்றிய செய்தி. அதுவும் சோகமான செய்தி. காமரா நகர்ந்து மருத்துவமனையைக் காட்டுகிறது. அடிபட்டு இறந்துபோன மாணவனின் முகத்தைப் பார்க்க வேண்டும் என்று நமக்குப் பரபரப்பாக இருக்குமா இருக்காதா?

உலகத்தில் தினம் தினம் எவ்வளவோ நடக்கின்றன. எவ்வளவோ செய்திகளைக் கேட்கிறோம். அவை எல்லாம் நம்மைப் பாதிப்பதில்லை.

ஆனால் நமக்கு நெருங்கியவர் பற்றிய ஒரு செய்தி என்றால் பதற்றம் வருகிறது அல்லவா!

நமக்கு சம்பந்தப்பட்ட விஷயங்களில் அடுத்து என்ன நடக்குமோ என்கிற பரபரப்பு அதிகமாகி பதற்றத்தைக் கொடுக்கிறது.

நினைத்தது நடக்க வேண்டுமே என்கிற ஆதங்கம்

என்ன நடக்குமோ என்று பரபரப்பாக இருப்பது ஒரு நிலை.

கணக்குத் தேர்வில் நூறு மதிப்பெண் வரவேண்டும். நாம்தான் முதல் ரேங்க் வாங்க வேண்டும். விடைத் தாள் கொடுக்கப்படும்போது நம் இதயம் பக் பக் என்று அடித்துக்கொள்கிறது. ஒரு தவறு செய்து அதை அப்பா கண்டுபிடிக்கும்போதும் அதே டென்ஷன்.

இந்திய கிரிக்கெட் அணியின் தேர்வு நடப்பதாகச் செய்தி. இந்த முறை நீங்கள் அதிகம் ரசிக்கும் ஒரு கிரிக்கெட் வீரர் நீக்கப்படுவாரா, சேர்க்கப்படுவாரா என்று நீங்கள் அதற்கு முன்னர் யோசித்துக்கொண்டிருந்தால் நிச்சயம் அணிப் பட்டியல் வெளியிடும்போது லேசாகப் பதற்றம் ஏற்படும்.

ஒரு நேர்முகத் தேர்வுக்குச் செல்கிறீர்கள். ஏதோ சுமாராகப் பதில் சொல்லியிருந்ததால் உங்களால் தெளிவாக எதையும் சொல்லமுடியாத நிலை. நன்றாகப் பேசினேன், ஆனால் சரியாகப் பேசவில்லை. இப்படிச் சொல்லும்போது உங்களால் ஒரு நிலையில் இருக்கமுடியாது. நாள் முழுக்க அதைப் பற்றியே சிந்தித்துக்கொண்டிருப்பீர்கள். பிறகு உங்களால் எவ்வாறு நிம்மதியாக இருக்கமுடியும்!

நினைத்தது நடக்காமல் போய்விடுமோ என்கிற பயம்

பெண் பார்த்துவிட்டுப் போயிருக்கிறார்கள். அல்லது நமது விருப்பத்தை ஒருவரிடம் சொல்லியிருக்கிறோம். நாளை பதில் சொல்கிறேன் என்று அவர்கள் சொல்கிறார்கள்.

நமக்கு அவர்களை மிகவும் பிடித்திருக்கிறது. நமக்குச் சாதகமான பதில் முக்கியம். சாதகமான பதில் வருமா? ஒருவேளை நிராகரித்துவிடுவார்களா?

மனம் ஒன்றை விரும்ப ஆரம்பித்துவிட்டது. அது சாப்பிடும் பொருளோ, மதிப்பெண்ணோ, அல்லது குறிப்பிட்ட வேலையோ. அதை அடையும் வரைக்கும் நம் மனம் படாதபாடுபடும். நடக்க வேண்டும் என்று எதிர்பார்ப்பதுடன், எங்கே நடக்காமல் போய்விடுமோ என்கிற பயமும் இருக்கும்.

நினைத்து நடக்காமல் போனதால் ஏற்பட்ட வருத்தம்

இன்றைக்கு மாலை திரைப்படத்துக்கு அல்லது கடற்கரைக்குக் கூட்டிப்போகிறேன் என்று அப்பா சொல்லியிருக்கிறார். அல்லது நண்பர்களோடு போகலாம் என்பது திட்டம்.

காலையில் இருந்து மனம் அதையே நினைத்துக்கொண்டிருக்கிறது. திரும்பத் திரும்ப அதையே யோசிக்கிறது. சந்தோஷப்படுகிறது. இன்று மாலை கொண்டாட்டமாக இருக்கும் என்று அந்தத் தருணத்துக்காக ஏங்குகிறது.

மாலையில் அப்படியொரு சூழ்நிலை இல்லாதது போல் தோன்றும். ‘இன்றைக்கு ப்ரோக்ராம் கேன்சல்’ என்று அப்பா சொல்வார்.

பயங்கர ஏமாற்றம் ஆகிவிடும். காற்றுப் போன பலூன் மாதிரி உற்சாகம் குறையும். எது ஒன்றை மனம் அதிகமாக

விரும்புகிறதோ, அது கிடைக்காது போனால் நமக்கு ஏமாற்றமும் அதன் காரணமாகப் பதற்றமும் ஏற்படும்.

கேவலப்படுத்துவதால் ஏற்படும் கோபம்

'நீ தள்ளி நில்.'

'உனக்கெல்லாம் இது கேட்கிறதா? போ போ.'

'யாரைக் கேட்டு உள்ளே வந்தாய்?'

'நீ தொடாதே.'

'உன் குடும்பம் இப்படி!'

'உன் அப்பா குடிகாரர்.'

இப்படி ஏதாவது யாராவது சொன்னால், அதுவும் நாலு பேர் மத்தியில் சொல்லும்போது நமக்குக் கோபம் வருகிறது. சொன்ன ஆளிடம் பாய்கிறோம். கட்டிப் புரண்டு சண்டை போடுகிறோம்.

சிலரால் கேலியைத் தாங்கவே முடியாது. அதிலும் அவர்களுடைய நிறம், வீட்டு வசதி போன்றவற்றைக் கேலி செய்துவிட்டால் தாங்கவே தாங்காது.

நாம் எந்தத் தவறும் செய்யவில்லையே! நம்மை ஏன் குற்றம் சொல்கிறார்கள்?

சில சமயம் நாம் செய்யாத தவறுக்காகவும் தண்டிக்கப்படுவோம். எதற்காக நான் செய்யாத குற்றத்துக்காக கெட்ட பெயர் வாங்கவேண்டும் என்று மனம் கோபத்தில் பொங்கி வழியும்.

4.போபியா (Phobia)

பயம் என்பது பலருக்கும் இயற்கையாகவே இருக்கிறது. பயங்களை போபியா என்பார்கள். பலவிதமான போபியாக்கள் இருக்கின்றன.

பயம் கொள்ளாத மனிதன் கிடையாது.

சம்பவங்கள், பொருள்கள், மிருகங்கள், சக மனிதர்கள், நீர், நெருப்பு, உயரம், கடல் என ஒரு மனிதன் பயப்பட பல்வேறு காரணங்கள் உள்ளன.

போதைப் பொருள்கள்

கஞ்சா, அபின் போன்ற போதைப் பொருள்களைப் பயன்படுத்துபவர்களுக்கு அடிக்கடி டென்ஷன் வரும் என்று ஆராய்ச்சியாளர்கள் கூறுகின்றனர்.

இதுபோன்ற போதை வஸ்துகளுக்கு அடிமையாகிறவர்கள் மூர்க்கக் குணத்தை எட்டுவதாகவும் அவர்களின் இயல்பு நிலை மாறிப்போய் மிருகநிலைக்குச் சென்றுவிடுவதாகவும் ஆராய்ச்சிகள் கூறுகின்றன.

மற்ற காரணங்கள்

1. நம் பொருள்களை வேறு எவரும் பயன்படுத்தினால் அதிலும் நமக்குத் தெரியாமல் அல்லது நம்மைக் கேட்காமல் பயன்படுத்தினால் கோபம் வரும். அது யாராக இருந்தாலும்.

2. எவராவது அநியாயமாக நடந்துகொள்ளும்போது நம் ரத்தம் கொதிக்கும். இதைத் தட்டிக்கேட்க யாருமே இல்லையா என்று எரிச்சலாக இருக்கும். நமக்குத் தைரியம் இல்லாவிட்டாலும் அடுத்தவர்கள் ஏன் அநியாயங்களைத் தட்டிக்கேட்பதில்லை என்று மனம் வெதும்பும்.

3. பாரபட்சம் காட்டப்படும்போது நமக்குக் கோபம் ஏற்பட்டு அது டென்ஷனாக மாறும். தன் மானத்துக்கு இழுக்கு நேரும்போது அங்கு பதற்றம் ஏற்படும்.

4. மேடையில் பேச அல்லது ஆட முற்படும்போது பதற்றம் ஏற்படும். முன்பின் தெரியாதவர்கள் யாரோ நம்மைப் பார்க்கிறார்களே, எப்படி நம் திறமையைக் காட்டுவது என்று பயம் ஏற்படும். பதற்றத்தில் நடுங்கிக்கொண்டே மேடையில் நிற்க நேரிடும்.

5. நமக்கு வேண்டியவர்கள் பாதிக்கப்படும்போது அது நம்மையும் பாதிக்கும். நம் நண்பனுக்கு ஏதாவது பாதிப்பு என்றால் அது நம்மையும் பாதிக்கும். அவருக்குப் பிரச்னை தீரும்வரை நமக்கும் படபடப்பாக இருக்கும்.

6. புதியவர்களைச் சந்திக்கும்போது, புதிய இடங்களுக்குப் போகும்போது, நமக்கு நடுக்கம் ஏற்படும்.

7. நம் திறமையைக் காட்டிலும் அதிகமாக உழைக்க வேண்டிய சூழலில் முடிவுகளை எண்ணி நாம் பதற்றமடைவோம்.

●

டீனேஜ் வயதில், எல்லோரும் நம்மைப் பார்த்துச் சில கேள்விகளைக் கட்டாயம் கேட்பார்கள்.

என்ன படிக்கிறே?

நன்றாகப் படிக்கறீயா?

என்ன மார்க்?

இதைக் கேட்டாலே பலருக்கு டென்ஷன்தான் வரும். 'அடடா! ஆரம்பிச்சிட்டாங்கப்பா. இனி, இடத்தைக் காலி பண்ணவேண்டியதுதான்' என்று அங்கிருந்து நகரப் பார்ப்பார்கள்.

மதிப்பெண்கள் பற்றிப் பேச்செடுத்தாலே சிலர் கோப மடைவார்கள். அவர்கள் இயலாமையைச் சுட்டிக்காட்டுவதாக உணர்வார்கள்.

அவர்களது உடை, நடையைச் சுட்டிக்காட்டினாலும் சிலருக்குக் கோபம் வரும்.

'உனக்கெல்லாம் ஏண்டா இந்தக் கலர்ல சட்டை! எப்படி நடக்கறான் பார், பெரிய மைனர்னு நினைப்பு' என்று யாராவது கிண்டல் செய்தால் கோபம் பொத்துக்கொண்டு வரும்.

மேலும் பேச்சு, குரல், ஷூ, ஸ்கூல் பேக், உடலமைப்பு போன்ற இயல்புகளைக் குறைசொன்னாலும் பொறுக்காது.

இதில் ஒரு தனிப் பிரிவினர் உண்டு. சிலருக்கு அடுத்தவர்களைக் கலாய்ப்பது பிடிக்கும். அதாவது மற்றவர்களைக் கிண்டல், கேலி செய்வார்கள்.

தன்னை யாராவது கிண்டல் செய்தால் பொறுத்துக்கொள்ள முடியாது. அவ்வளவுதான். கோபம் பொத்துக்கொண்டுவிடும்.

நினைப்பது நடக்காவிட்டால், கேட்டது கிடைக்காவிட்டால், ஆசிரியர் திட்டிவிட்டால், கைபேசி காணாமல் போய்விட்டால்,

உடம்பு சரியில்லாவிட்டால், அம்மா அப்பா எப்போதும் திட்டிக்கொண்டிருந்தால்...

இதுபோன்ற எல்லா விஷயங்களுக்கும் கோபம் வந்து பதற்றமாகி விடுகிறோம்.

Problems of Stress

5.டென்ஷனால் என்ன பிரச்னைகள்?

டென்ஷன் எதனால் வருகிறது என்று பார்த்துவிட்டோம். அவற்றில் சில நியாயமான காரணங்களாகத் தோன்றும். டென்ஷன் அடங்கி பதற்றம் குறைந்த சாதாரணமான நிலைமைக்குத் திரும்பியவுடன் யோசித்துப் பார்த்தால், அந்த டென்ஷனுக்குப் பல வகைகளில் நாம்தான் காரணமாக இருந்தது தெரியவரும். ஒரு வகையில் சொல்வதானால் இயலாமையின் வெளிப்பாடுதான் டென்ஷன்.

ஆனால், விளைவுகளில் மாற்றம் ஏற்படப்போவதில்லை. டென்ஷனால் ஏற்படும் விளைவுகள் நமக்குப் பலவிதங்களிலும் கெடுதல் செய்கின்றன. நியாயமான காரணம் என்பதற்காக அதற்கு வேறு விளைவுகள் இருக்காது.

பதற்றம் ஏற்படுவதிலிருந்து முழுமையாகத் தப்பித்துக்கொள்ள முடியாது. ஆனால் அதன் பாதிப்பைத் தாங்கிக்கொள்ள முடியும். அதற்கு நாம் பழகிக்கொள்ளவேண்டும்.

நமக்கு எப்போதெல்லாம் டென்ஷன் வருகிறது? டென்ஷன் வந்தால் நாம் எப்படி இருப்போம்?

அடையாளங்கள் (Symptoms)

பல மருத்துவ ஆராய்ச்சிகள் சொல்கிற அடையாளங்கள் இவைதான்:

- தலை வலிக்கும்.
- உடம்பு விறைப்பாகிவிடும்.
- நெஞ்சு படபடக்கும்.
- முகம், காதுகள் சிவந்துபோகும்.
- வேகமாக மூச்சிரைக்கும்.
- கை கால்கள் உதறும்.
- சிலருக்கு வேர்த்து, கைகள் சில்லிட்டுவிடும்.
- உடல் தசைகள் இறுகும்.
- கண்கள் அகல விரியும்.

டென்ஷன் ஆகும் எல்லோருக்கும் இவை கட்டாயம் வந்து தீரும் என்று சொல்லமுடியாது. ஆனால் ஒவ்வொன்றும் ஒவ்வொரு சமயம் வந்து எட்டிப் பார்க்கும்.

இதயம் வேகமாகச் செயல்படும். நுரையீரல் அதிகமான காற்றை சுவாசிக்கும். வயிறும் சிறுநீரகங்களும் தங்களுடைய செயல்பாட்டைத் தாற்காலிகமாகக் குறைத்துக்கொள்ளும்.

முதலாவது மலச்சிக்கல். அடிக்கடி டென்ஷன் ஆகும் நபர்களுக்குக் காலைக்கடன் என்பது மிகவும் சிரமமான ஒன்றாகிவிடும். இந்தச் சிக்கல் தொடர்ந்தால் தலைவலி ஏற்படும். சிலருக்குக் காய்ச்சல் வரும். பசிக்காது. உடல் பாரமாகத் தோன்றும்.

டென்ஷன் ஆகிறவர்கள் கீழ்க்கண்ட குணங்களுக்கும் சொந்தக்காரர்கள் ஆகிவிடுவார்கள்.

கத்துதல்

வழக்கமாகப் பேசுவதைவிட டெஸிபலை அதிகமாக்கிப் படபடப்புடன் பேசுவோம். யாரோடு பேசுகிறோம் என்கிற கவனம்கூட இல்லாமல் உணர்ச்சிவசப்பட்டு, கண்மூடித்தனமாக நடந்துகொள்வோம்.

கோபத்தின் வெளிப்பாடாகக் குரலை உயர்த்திப் பேசுவது மனிதர்களின் சுபாவமாக மாறிவிட்டது.

போட்டு உடை

சிலர் டென்ஷன் வந்தால், கையில் இருப்பதை எறிவார்கள். கோபத்தை வார்த்தைகளால் காண்பித்து பலன் இல்லாமல் போகும்போது பதிலடியாகப் பொருள்களை உபயோகிப்பார்கள்.

யாராக இருந்தால் எனக்கு என்ன என்கிற நினைப்பில் நடந்துகொள்வோம்.

கரண்டி, தட்டு, பூரிக்கட்டை என வீட்டுப் பொருள்கள்தான் அப்போது ஆயுதங்களாக மாறும். சமயத்தில் செல்போன்களும்.

அழுகை

டென்ஷன் வந்தால் பொருள்களைப் போட்டு உடைப்போம், சத்தமாகப் பேசுவோம். அதுதவிர அழுகை என்கிற இன்னொரு வலுவான ஆயுதத்தையும் மனிதர்கள் வைத்திருக்கிறார்கள். மேற்கூறிய இரண்டு செயல்களையும் காண்பிக்க முடியாதபோது அழுகை என்கிற ஆயுதத்தை எடுத்துவைத்துக்கொண்டு தன் கோபத்தை வெளிப்படுத்துவார்கள் சிலர்.

விலகிவிடுதல், ஒதுங்கிவிடுதல்

வேறு சிலர் டென்ஷன் ஆனால் அமைதியாகிவிடுவார்கள். இருக்கிற இடம் தெரியாத அளவுக்கு அமைதி தேவதையாகக் காட்சியளிப்பார்கள். ஒருவித இறுக்கம் அவர்களைப் பற்றிக்கொள்ளும்.

தீவிரமான முடிவுகள்

மேலே பார்த்த குணங்களுக்கு அப்பால் சிலர் சிந்திப்பார்கள். அவர்களால் பதற்றத்தின் அளவைக் குறைக்கவே முடியாது. பயம் காரணமாகவோ அல்லது அதிக ஏமாற்றம் காரணமாகவோ முட்டாள்தனமான முடிவுகளை எடுத்துவிடுவார்கள். தன்னைத்தானே காயப்படுத்திக்கொள்வார்கள்.

Effects of Stress

6.டென்ஷனால் பாதிப்பு

அடிக்கடி பதற்றம் அடைவதால் நம் இயல்பு வாழ்க்கை பாதிக்கிறது. அது நம் செயல்களில் பிரதிபலிக்கிறது.

கத்துவது, விட்டு எறிவது, அடிப்பது, உடைப்பது போன்ற செயல்களை நாம் செய்வதால் அடுத்தவர் என்ன நினைப்பார்கள், அதை முன்னிட்டு என்ன காரியம் செய்வார்கள் என்று நாம் சிந்திப்பது கிடையாது. ஒருவர் பதற்றம் அடைந்து அதை ஏதோவொரு வழியில் வெளிப்படுத்தும்போது அதற்கான பின்விளைவுகளையும் நாம் அனுபவிக்கத்தான் வேண்டும்.

நட்பு கெடும்

ஓர் அலுவலகத்தில் இரு நண்பர்கள் மிக நெருக்கமாக இருந்தார்கள். ஒருவருக்கு இருபது வயது. இன்னொருவருக்கு ஐம்பது வயது. ஆனால் வயது வித்தியாசம் அவர்கள் நட்பை பாதிக்கவில்லை.

எல்லோரும் கண்படும் அளவுக்கு அவ்வளவு நெருக்கமாக இருந்தனர். ஒருநாள் இருவரும் அலுவலகத்தில் அமர்ந்து

பேசிக்கொண்டிருந்தார்கள். அப்போது பெரியவர் அந்த இளைஞனிடம், ‘எனக்குத் தூக்கம் வருகிறது. பக்கத்து அறையில் தூங்கிக்கொண்டிருக்கிறேன். மேலதிகாரி வந்தால் என்னை எப்படியாவது எழுப்பிவிடு’ என்றார்.

ஆனால் நடந்தது வேறு. பெரிய அதிகாரி வந்தபோது அந்த இளைஞர் கவனிக்காமல் இருந்துவிட்டார். அடுத்த அறைக்கு அதிகாரி சென்றபோது அங்கு பெரியவர் தூங்கிக் கொண்டிருந்தார்.

அடுத்த காட்சி என்னவென்று நீங்களே கற்பனை செய்துகொள்ளுங்கள்.

தண்டனை பெற்ற பெரியவர் நேராக அந்த இளைஞனிடம் வந்தார். ‘எத்தனை நாளாகக் காத்துக்கொண்டிருந்தாய், இன்று உனக்கு சந்தோஷமா? சின்னப் பசங்ககூட எல்லாம் பழக்கம் வெச்சுக்கறது தப்புன்னு இப்பத்தான் தோணுது. இனி என்கூட பேசாதே!’

ஒரு நிமிடத்தில் பல வருட உறவைத் துண்டித்துவிட்டார் பெரியவர்.

அவர் காரணம் யோசிக்கவில்லை. தன்னை அந்த இளைஞன் சிக்கலில் சிக்கவைத்துவிட்டான் என்று நினைத்ததுமே உணர்ச்சிவசப்பட ஆரம்பித்துவிட்டார்.

மனத்தில் உள்ளதை வெளியே கொட்டிவிட்டார்.

இதுபோல அடிக்கடி உணர்ச்சிவசப்பட்டால் யாரும் நம் பக்கம் வரமாட்டார்கள். ‘ஐயோ அந்த ஆள் மோசம். ஒருநாள் இல்லை ஒருநாள் நம்மீது பாய்ந்துவிடுவார்’ என்கிற முத்திரை விழுந்துவிடும். இதனால் இழப்பு யாருக்கு, நமக்குத்தானே!

கவனம் பிசகும்

டென்ஷன் ஆகிவிட்டால் ஒரு முக்கிய நிகழ்வு நம் உடலில் நடக்கும். அதாவது நிலையில்லாமல் தடுமாற ஆரம்பித்துவிடுவோம். நாம் நினைப்பது மட்டும்தான் சரி, நாம் பேசுவது மட்டும்தான் சரி என்று நினைக்கும் போது உலகத்தின் இன்னொரு பக்கம் நம் கண்ணுக்கு அகப்படாமல் போய்விடுகிறது.

படபடப்பாக இருக்கும் போது, நமக்கு வேண்டிய தகவல்களைச் சரியாகப் பெறமுடியாமல் போய்விடுகிறோம். விளையாட்டில் அதை வெளிப்படையாகப் பார்க்கலாம்.

2003 உலகக் கோப்பை இறுதிப் போட்டியில் இந்தியாவும் ஆஸ்திரேலியாவும் மோதின. முதல் ஓவர் வீச வந்தார் ஜாகீர்கான். அவர் முகமே அவர் மனநிலையைச் சொல்லியது. மனிதர் மிகவும் பதற்றத்துடன் இருந்தார். மிகவும் மோசமாக அமைந்தது முதல் ஓவர். பதினாறு ரன்களைக் குவித்தது ஆஸ்திரேலியா. எட்டு எக்ஸ்ட்ரா பந்துகளை வீசினார். பதினைந்து ரன்களை வாரிக் கொடுத்தார்.

‘அது என் முதல் உலகக்கோப்பை இறுதி ஆட்டம். முதல் ஓவரை நான் வீசவேண்டும் என்று சொல்லியதால் எனக்குப் பதற்றம் ஏற்பட்டது’ என்று ஆட்டம் முடிந்தபிறகு பேட்டி கொடுத்தார் ஜாகீர்கான். விளக்கம் ஏற்றுக்கொள்ளப்பட்டாலும், நடந்தது நடந்ததுதானே!

வாய்ப்புகளை முழுமையாகப் பயன்படுத்திக்கொள்ள முடியாது

பள்ளிக்கூடத்திலேயே ஒரு பேச்சுப் போட்டி நடக்கிறது. மேடை ஏறுகிறோம். டென்ஷனாக இருக்கிறது. பேச்சு எப்படி

இருக்கும்? சுவையாக இருக்குமா? கோர்வையாக வருமா? இல்லை தடுமாறுமா?

தடுமாறும். திக்கும். எல்லோரும் கவனிக்கிறார்கள். எவ்வளவோ முயற்சிக்குப்பின் கிடைத்த வாய்ப்பு. என்ன ஆகும்? தவறிப்போகும். காரணம் டென்ஷன்!

‘அவனையா அனுப்புகிறீர்கள்! வேண்டாம். அவன் டென்ஷன் ஆள். காரியத்தைக் கெடுத்துவிடுவான்.’

இப்படி யோசித்து, முக்கியமான வேலைகளுக்கு நம்மை நம்பி அனுப்ப மாட்டார்கள். வாய்ப்பு பறிபோகும்.

வெற்றிகள் பறிபோகும்

நம்முடைய பலம் முழுவதையும் நாம் பயன்படுத்த வேண்டுமென்றால், நாம் நாமாக இருக்க வேண்டும். அப்படி இருக்கும்போதுதான் நமக்கு நம் பலம் என்ன? எதைச் செய்யலாம், எதைச் செய்யக்கூடாது போன்றவை புரியும் - நிதானமாகச் செய்வோம்.

முதலில் நிதானமாகத் திட்டமிட்டு, அப்படி திட்டமிட்டபடியே நடந்துகொண்டால், விரும்பும் வெற்றிகளைப் பெறமுடியும்.

உடல் நலம் கெடும்

டென்ஷன் ஏற்படும்போது ஏதோ பிரச்னை என்று உடல் நமக்காக பல மாறுதல்களைச் செய்கிறது. நாளமில்லா சுரப்பிகள் மூலம் உடலின் பல பாகங்களுக்கும் அமிலங்கள் பாய்கின்றன.

அவற்றால்தான் கண்கள் விரிவது, இதயம் வேகமாக அடித்துக்கொள்வது எல்லாம் நடக்கின்றன.

இப்படி எப்போதாவது ஆபத்து காலங்களில் நடந்தால் சரி. டென்ஷன் என்கிற பழக்கம் காரணமாக, அடிக்கடி நடந்தால்? அது உடம்புக்கு நல்லதல்ல.

அதனால் நரம்புத்தளர்ச்சி, ரத்த அழுத்தம், இதய நோய்கள் வரும் ஆபத்து டென்ஷன் ஆள்களுக்கு அதிகம் என்று டாக்டர்கள் அடித்துச் சொல்கிறார்கள். இவர்களை ‘டைப் ஏ’ பர்சனாலிட்டிகள் என்று தனியே அடையாளப்படுத்தியே வைத்திருக்கிறார்கள் மருத்துவர்கள்.

பொருள் நாசம் ஆகும்

போட்டு உடைத்தால், எறிந்தால் பொருள்கள் என்ன ஆகும்? உடையும். சிதறும். வீணாகும். ஒரு நிமிடம் கழித்து டென்ஷன் ஆனவர்களே வருத்தப்படும், வெட்கப்படும் விதமான செயல்பாடுகள்தான் நிகழ்ந்திருக்கும்.

டென்ஷனால் நஷ்டம்தான். லாபம் எதுவும் இல்லை. ‘டென்ஷன் பேர்வழி’ என்ற பட்டம்தான் விருது மாதிரி கிடைக்கும்.

Why Stress

7.டென்ஷன் வரக் காரணம் என்ன?

பிரச்னைகளை உண்டாக்கும் டென்ஷன் ஏன் வந்து தொலைக்கிறது என்று கேட்கத் தோன்றுமே. டென்ஷன் ஏற்படுவதற்கான அடிப்படைக் காரணங்களை அவசியம் தெரிந்துகொள்ள வேண்டும்.

காரணங்களைத்தான் முன்பே பார்த்துவிட்டோமே! இன்னும் என்ன இருக்கிறது என்று தோன்றலாம்.

முன்பு பார்த்தவை நிகழ்வுகள்.

மதிப்பெண் கிடைக்கவில்லை. யாரோ திட்டிவிட்டார். இப்படி யாகச் சில நிகழ்வுகளைத்தான் காரணங்களாகப் பார்த்தோம்.

இப்படிப்பட்ட நிகழ்வுகள் பலருக்கும் ஏற்படுகின்றன. ஆனால் எல்லோருமா டென்ஷன் ஆகிறார்கள்? அதுதான் கேள்வி.

எல்லோரும் டென்ஷன் ஆவதில்லை. சிலர்தான் ஆகிறார்கள். ஏன் அந்தச் சிலருக்கு மட்டும் டென்ஷன். அவர்களுக்கும் மற்றவர்களுக்கும் என்ன வித்தியாசம்?

டென்ஷனுக்கு முக்கிய காரணமே உணர்வுகள்தான். உணர்வுகளா?

உணர்வுகள்

ஜடப்பொருள்களுக்கும் நமக்கும் இடையே இருக்கும் முக்கியமான வித்தியாசங்களுள் ஒன்று, உணர்வுகள். பயம், கோபம், ஏமாற்றம் என்பதெல்லாம் உணர்வுகள்தான்.

கைபேசி, கடிகாரம் போன்றவற்றுக்கு எல்லாம் உணர்வுகள் கிடையாது அல்லவா? ஆனால் நமக்கு உண்டு.

நமக்கு மட்டும் அல்ல. மிருகங்களுக்கும் உண்டு.

அப்படியானால் நமக்கும் மிருகங்களுக்கும் இடையே இருக்கும் வித்தியாசம் என்ன என்கிற கேள்வி வரலாம்.

உணர்வுகளைக் கட்டுப்படுத்தத் தெரிந்தவன் மனிதன். மிருகங்களுக்கு அது தெரியாது. பகுத்தறியும் ஆறாவது அறிவு நமக்குண்டு.

ஆனால் டென்ஷன் ஆவது என்பது அந்த ஆறாவது அறிவைப் பயன்படுத்தாமல் இருப்பதால்தான்.

நினைத்ததைப் பேசுவது. சமயத்தில் நினைக்காததையும்கூட கோபத்தில் பேசிவிடுவது. செய்யக்கூடாதவற்றையும் செய்துவிடுவது. இவற்றைத்தான் உணர்வுகளைக் கட்டுப்படுத்தத் தெரியாத நிலை என்கிறார்கள்.

கோபத்தால் வரும் டென்ஷனைக் குறைக்க...

கோபம் வராதவர்கள் குறைவுதான். கோபமே தவறா என்றால் இல்லை என்றுதான் சொல்ல வேண்டும்.

கோபம் என்பதும் துக்கம், வருத்தம், மகிழ்ச்சிபோல இயற்கையானதொரு உணர்வுதான்.

வரட்டுமே. அதை யாரிடம் எப்படி வெளிப்படுத்துகிறோம் என்பதுதான் முக்கியம். அதுதான் உணர்வுகளை முறைப்படுத்தி வெளிப்படுத்துவது.

பிள்ளைகள் தவறு செய்தால் சில பெற்றோர்கள் அவர்களை அடிப்பதில்லை. திட்டுவது கூட இல்லை. ஆனால் தவறு செய்த மகனுடன் பேச மாட்டார்கள். சகஜமாக இருக்க மாட்டார்கள்.

இதன் மூலம் என்ன செய்கிறார்கள்? தங்கள் கோபத்தைக் காட்டுகிறார்கள்.

தேவையான கோபத்தைக் காட்ட வேண்டியதுதான். ஆனால் அதை இஷ்டத்துக்கும் செய்யாமல், முறைப்படுத்திச் செய்கிறார்கள்.

வீடு எரிந்தால் அது தீ. பிரச்னை செய்யும் என்று அணைக்க முயற்சிப்பார்கள். அதுவே அடுப்புக்குள் எரிந்தால், அது எரிபொருள். பயன்பாட்டுப் பொருள். தேவை என்பார்கள்.

கோபத்தில், ஒருவர் இன்னொருவரைக் கத்தியால் கிழித்தால், அது வன்முறை. அதற்குத் தண்டனை உண்டு.

அதையே, ஒரு மருத்துவர், தன் பேஷண்டுக்குச் செய்தால், அதன் பெயர் அறுவை சிகிச்சை. அதற்குக் கட்டணம் கொடுப்பார்கள். பாராட்டுவார்கள்.

சிலருக்கு எதையாவது கேட்கக் கூடாததைக் கேட்டுவிட்டால், உடனே கோபம் பொத்துக்கொண்டு வந்துவிடும். பலருக்கும் அது பிடிக்காதுதான். ஆனால் உடனே கோபப்பட மாட்டார்கள்.

பொறுமையாக, எல்லாவற்றையும் கேட்டுவிட்டு, பின்பு தேவைப்பட்டால், பிரச்னை ஆகாத விதமாகத் தங்களின் கோபத்தைக் காட்டுவார்கள்.

கோபத்தில் வெடித்தார் என்று சொல்வோம். அதையே உதாரணமாகப் பார்ப்போம்.

வெடிகளில் ஊசிவெடி, லக்ஷ்மிவெடி, ஆட்டோபாம் என்று பல வகைகள் உண்டு. அவற்றின் தலையில் திரி இருக்கும்.

அதைப் பற்றவைத்தால், சற்று நேரத்தில் வெடிக்கும். எவ்வளவு நேரத்தில் வெடிக்கும்?

அது திரியின் நீளத்தைப் பொறுத்தது அல்லவா? சில வெடிகளின் திரிகள் மிகவும் நீளம் குறைவானவை. பற்றவைத்துவிட்டு, திரும்புவதற்குள் வெடித்துவிடும்.

இப்படித்தான் சில மனிதர்கள். யாராவது எதையாவது சொன்னால், சொல்லிமுடிப்பதற்குள் கூட, சடாரென்று வெடித்துவிடுவார்கள். அவ்வளவு டென்ஷன்! உடனே ரியாக்ட் செய்துவிடும் டென்ஷன்.

வேறு சிலருக்கு டென்ஷன் உண்டாக்கும், திரிகள் நீளமானவை. அப்படி திரிகள் நீளமாக இருப்பதால் என்ன பலன்? கோபம், பற்றவைத்த நெருப்புப் போல வரும். ஆனால் வெடிக்கும் நிலைக்குப் போகாது.

காரணம், திரியின் நீளம் அதிகம். யோசிப்பார்கள். என்ன சொல்கிறார்? எதற்காகச் சொல்கிறார்? நாம் என்ன பதில் சொல்ல வேண்டும்? என்ன சொல்லக் கூடாது?

இப்படியெல்லாம் யோசிக்க அவகாசம் கிடைக்கும். அதற்குள் கோபம், டென்ஷன் மெல்ல மறைந்துவிடும். உள்ளிருக்கும் மருந்தை நெருங்குவதற்குள் தீப்பொறி அணைந்துவிடும்.

கோபம் என்கிற உணர்வு வந்தால் என்ன செய்யலாம்?

அந்த இடத்தை விட்டு நகர்ந்துவிடலாம்

அங்கேயே இருந்தால்தானே பிரச்னை. அவர்கள் ஒன்று சொல்ல

நாம் ஒன்று சொல்ல. வாக்குவாதம் வளரும். நமக்குப் பிடிக்காத ஒன்றை ஒருவர் சொல்கிறார்.

நமக்கு டென்ஷன் வருகிறது. உடனே அங்கிருந்து மென்மையாக நகர்ந்துவிடலாம். அதில்கூட வகுப்பறை போன்றவற்றில் இருந்து அப்படிச் செய்ய முடியாதுதான். முடிந்த இடங்களில் டென்ஷன் தரும் இடத்திலிருந்து கிளம்பிவிடுவது நல்லது.

பேச்சைக் குறைத்துக்கொள்ளலாம்

கோபம் வருகிறபோது, பேசுவதைத் தவிர்த்துவிடுவது நல்லது. அந்த நேரம் எது சொன்னாலும் அது சூடாகத்தான் இருக்கும். வாய்க்கு வேலை கொடுக்காமல், காதுகளுக்கு மட்டும் வேலை கொடுத்துக்கொண்டிருக்கும் போதும், பதில் பேசுவதைத் தாமதிப்பது எதிராளியின் கோபத்தைக் கட்டுப்படுத்தும்.

திரும்பக் கத்துவதால் என்ன வரும்? பிரச்னைதான் அதிகமாகும். இருப்பதையும் இழக்க நேரிடும். நல்ல பெயர், வரக்கூடிய வாய்ப்புகள் எல்லாம் போகும்.

பொறுமையாக விளக்கிச் சொல்வது

பெரும்பாலான பிரச்னைகள் சரியாகப் புரிந்துகொள்ளப் படாததால்தான் வருகின்றன.

பெற்றவர்கள், நண்பர்கள், மேலதிகாரிகள் அல்லது ஆசிரியர்கள் நம்மிடம் ஏன் அப்படிக் கேட்கிறார்கள் அல்லது நடந்துகொள்கிறார்கள்?

நாம் செய்தது எதையோ அவர்கள் தவறாகப் புரிந்து கொண்டிருக்கலாம். அது அவர்களின் தவறாகவே இருக்கலாம்.

அவர்கள் ஏன் தவறாகப் புரிந்துகொண்டுவிட்டு, நம்மைப் பார்த்துக் கத்தவேண்டும் என்று நாம் கேட்கலாம்.

ஆனால், அந்த நேரத்தில் பொறுமையாக இருப்பது நமக்குக் கைகொடுக்கும். அதனால் விளையப் போகும் நன்மை? ஒன்றும் இல்லை.

நம் நன்மை கருதி நாம் பொறுமையாக இருக்க வேண்டும்.

அவர்கள் பேசி முடித்த பின், நம் பக்கத்து நிலையை, நியாயத்தைப் பொறுமையாக எடுத்துச் சொல்லவேண்டும்.

நிதானமாகச் சொன்னால் எவரும் கேட்பார்கள். நாம் சரியாகப் புரிந்துகொள்ளப்படுவோம்.

மாறாக, அவர்கள் கத்த நாமும் கத்த, சத்தமும் இடைவெளியும்தான் அதிகமாகுமே தவிர, பலன் பூஜ்யமாகத்தான் இருக்கும்.

கவனத்தை வேறு பக்கம் திருப்புவது

கோபம் ஏற்படுத்துகிற பேச்சில் நடவடிக்கைகளில் இருந்து, நம் கவனத்தைத் திருப்பிவிட வேண்டும். அதைப்பற்றியே நினைக்கக்கூடாது.

நினைக்க நினைக்கத்தான் எரிகிற நெருப்பில் பெட்ரோல் ஊற்றுவது போல ஆகிவிடும்.

அதுபோன்ற டென்ஷன் வரவழைக்கும் நேரங்களில், வேறு எதன் மீதாவது வலிந்து கவனம் செலுத்தலாம்.

இப்படிச் செய்யத் தொடங்கிவிட்டால் நம் தலைக்கு ஏறும் கோபத்தின் வேகம் குறையும்.

பிற உத்திகள்

கோபம் நம் தலைக்கேறும்போது, ஒன்றில் இருந்து நாலு வரை மெதுவாக எண்ணலாம். எண்ணி முடிப்பதற்குச் சிறிது நேரமாகும். அதற்குள் கோபம் குறையும். அதற்காகத்தான் இந்த 'ட்ரீட்மெண்ட்.'

8.பயத்தால் வரும் டென்ஷன்

கோபம் மட்டுமல்ல இன்னும் சில உணர்வுகளாலும் டென்ஷன் வரும். முன்பே பார்த்தோம். அவற்றுள் ஒன்று பயம். பலவிதமான பயங்கள்.

என்ன நடக்குமோ என்கிற பயம். அதனால் வருகிற டென்ஷன். சிலருக்கு நாயைப் பார்த்தால் டென்ஷன் வரும். இன்னும் சிலருக்கு அவர் களுடைய மாமாவையோ சித்தப்பாவையோ பார்த்தால் பதற்றம் வரும்.

சிலருக்கு அவர்களுடைய அப்பாவைப் பார்த்தால்கூட டென்ஷன் வரும். டெஸ்ட் அறிவிப்பு வந்தால் நடுக்கம் ஏற்படும். சில குறிப்பிட்ட டீச்சர் வகுப்பறைக்குள் வந்தால், ஹெட் மாஸ்டர் வந்தால்... ஏன் பல்லியைப் பார்த்தால் டென்ஷன் அடைபவர்கள் உண்டு.

என்ன செய்யலாம்?

ஃபைட் அல்லது ஃப்ளைட் என்று சொல்வார்கள்.

பயத்தை ஒழிக்க இந்த இரண்டு வழிகள் இருக்கின்றன. ஒன்று, எது பயமாக இருக்கிறதோ அதையே நேருக்கு நேர் எதிர்த்துப் போராடுவது. அதுதான் ‘ஃபைட்.’

இன்னொன்று எது பிரச்னைக்குரியதோ அதனை விட்டுவிட்டு ஓடிவிடுவது. அதாவது 'ஃப்ளைட்.' அங்கிருந்து பறந்துவிடுவது.

தேர்வு பயம். தேர்வை எழுதித்தான் ஆகவேண்டும். எழுதாமல் முடியாது. என்ன மதிப்பெண் வருமோ அது வந்துதான் தீரும் பிறகு அதைப் பற்றிய பயம் எதற்கு?

தேர்வை ஒரு கை பார்த்துவிடுவது என்று முடிவெடுத்துக் களத்தில் முழுமூச்சாக இறங்குவது.

கல்லூரியில் ஆண்டு விழா. பேசச் சொல்லுகிறார்கள் அல்லது பாடக் கூப்பிடுகிறார்கள். அவ்வளவு பேர் முன்னிலையில் மேடையிலா என்கிற பயம். மேடையும் ஏறியாகிவிட்டது. கூட்டத்தைப் பார்த்தும் பிரமிப்பு கலந்து பயம். பயத்தில் டென்ஷன் அதிகமாகிறது.

என்ன பெரிதாக ஆகிவிடப்போகிறது? சிரித்தால் சிரிக்கட்டுமே! யாரும் செய்யாததையா நான் செய்யப் போகிறேன்? நானும் நன்றாகத்தான் தயாரித்துக் கொண்டு வந்திருக்கிறேன்.

சிரிப்பவர் முகங்களையே, கண்களையே நேருக்கு நேர் பார்த்தபடி நாம் பேசலாம் அல்லது பாடலாம் என்று முடிவெடுப்பது.

அப்படி தடாலடி முடிவெடுத்துவிட்டால் பயம் என்ன ஆகும்? பறந்துபோகும். இதுதான் பயத்தை நேருக்கு நேர் சந்திப்பது.

வீரனுக்கு ஒருமுறைதான் மரணம். ஆனால், சாவுக்கு பயப்படும் கோழையோ, தினம் தினம் செத்துக்கொண்டிருப்பான்.

வேண்டாம் 'ரிஸ்க்' நம்மால் அதெல்லாம் முடியாது என்று தோன்றினால், அடுத்த வழி, அங்கிருந்து கண்ணில் படாமல் ஓடிவிடுவதுதான். இது ஃப்ளைட்.

எதுவோ ஒன்றைச் செய்து டென்ஷன் ஆவதை விட்டுவிடலாம்.

Handling Stress

௯.ஏமாற்றத்தால் வரும் டென்ஷன்

பல சமயங்களில் டென்ஷனுக்குக் காரணம் கோபம்தான். கோபம் எதனால் எல்லாம் வருகிறது என்று பார்த்தால், அதில் ஏமாற்றம் என்பதும் ஒரு முக்கிய காரணமாக இருக்கிறது. ஏமாற்றம் என்பதை ஆங்கிலத்தில் ‘டிஸ்சப்பாயிண்ட்மெண்ட்’ என்பார்கள்.

கிரிக்கெட் விளையாட்டிலேயே பார்த்திருக்கிறோம். நன்றாக விளையாடிக்கொண்டிருக்கும் ஒரு வீரர், திடீரென அவுட் ஆகிவிடுகிறார். என்ன செய்வார்?

அடச்சே! என்று மட்டையை ஓங்கி வீசுவார் மைதானத்தில். சில வீரர்கள் காலை ஓங்கித் தரையில் உதைப்பார்கள். நடுவரையோ அல்லது பந்துவீசியவரையோ திட்டியபடியே வெளியேறுவார்கள்.

அவர்களுடைய டென்ஷனுக்கு என்ன காரணம்? அவர்களுடைய ஏமாற்றம்தான். நல்ல எண்ணிக்கையில் ஓட்டங்கள் எடுக்கலாம் என்று நினைத்தது நடக்காமல் போனதால் வந்த ஏமாற்றம்.

ஒருவருடைய நட்பை, அன்பை எதிர்பார்க்கிறோம். அது இல்லை என்று ஆகிவிடுகிறது. ஏமாற்றம். அதனால் வரும் டென்ஷன்.

பார்ப்பவர்களிடம் எல்லாம் கோபம் காட்டுவோம். சமயத்தில் எதனால் என்பது கூடப் புரியாது. மனது ஏமாற்றத்தால் சோர்வு ஆகி அதனால், மற்றவர்களிடம் எரிந்து விழுவோம்.

கேட்டது கிடைக்கவில்லை. நினைத்தது நடக்கவில்லை. எதிர்பார்த்தது வரவில்லை. நம்பியவர்கள் கைவிட்டுவிட்டார்கள். இவையெல்லாம் ஏமாற்றங்களில்தான் போய் முடியும்.

எப்படிச் சமாளிக்கலாம்?

இரண்டு வழிகள் இருக்கின்றன. ஒன்று எதிர்பார்ப்புகளைக் கட்டுப்படுத்துவது. இரண்டாவது, முடிவுகளை ஏற்றுக்கொள்வது. இரண்டுமே சுலபம்தான். இதைச் செய்பவர்கள்தான் டென்ஷன் இல்லாமல் இருக்கிறார்கள்.

எதிர்பார்ப்புகளைக் கட்டுப்படுத்துவது

நம்பிக்கை கொண்டிருப்பது என்பது வேறு. எதிர்பார்ப்பது என்பது வேறு.

நடக்கும்.

நடக்க வேண்டும்.

இந்த இரண்டுக்கும் வேறுபாடு உண்டு.

நடந்தேதான் ஆகவேண்டும்.

நடக்காவிட்டால் பாருங்கள்.

இப்படிப்பட்டவைதான் ஆபத்தானவை. எது சாத்தியமோ அவற்றை மட்டும் எதிர்பார்ப்பது என்பது பிரச்னைகளைக் குறைக்கும். அப்படி நினைத்தது கிடைத்துவிட்டால் மகிழ்ச்சிதான்.

ஆனால், அந்த ஏதோ ஒன்று கிடைத்துதான் ஆகவேண்டும் என்று ஒரேயடியாக எதிர்பார்ப்பதுதான் பிரச்னை.

மாறுவேடப் போட்டி. நாம் நன்றாகத்தான் செய்திருக்கிறோம். பரிசு கிடைக்குமா? கிடைக்கலாம். கிடைத்தால் நன்றாக இருக்கும். இப்படி நினைப்பது பரவாயில்லை. நமக்குத்தான் நிச்சயம் கிடைக்கும் என்று எதிர்பார்ப்பதுதான் பிரச்னை.

நம்மைவிட நன்றாகச் செய்தவர்களும் இருக்கலாம். அல்லது நடுவர்களின் ரசனை, யோசனை வேறாக இருக்கலாம். இவையெல்லாம் நம் கட்டுப்பாட்டில் இல்லை. நம் வரைக்கும் நன்றாகச் செய்வது மட்டுமே நம் கட்டுப்பாட்டில்.

நல்ல மதிப்பெண் வாங்குவது நம் கட்டுப்பாட்டில். மற்றவர்களைவிடக் கூடுதலாக வாங்க வேண்டும் என்று ஆசைப்படலாம். ஆனால் மற்றவர்கள் அதிகமான மதிப்பெண்கள் பெறக்கூடாது என்று எதிர்பார்த்தால்? அது நம் கட்டுப்பாட்டிலா இருக்கிறது. அப்படி நினைக்கவும் கூடாது.

அதனால் வகுப்பில் பெறும் ரேங்க் என்பது ஓரளவு மட்டுமே நம் கட்டுப்பாட்டில். ஆக அதன் மீதும் பெரிய எதிர்பார்ப்பு என்பது, ஏமாற்றத்தில் கொண்டு விடலாம்.

முடிவுகளை ஏற்றுக்கொள்வது

முயற்சி என்பது நம் கையில். முடிவுகள் நம் கையிலா? எந்த முடிவு வந்தாலும் ஏமாற்றம் அடையாமல் ஏற்றுக்கொள்வதால் டென்ஷனைத் தவிர்க்கலாம்.

உலகத்தில் எத்தனையோ விஷயங்கள் நம் கட்டுப்பாட்டில் இல்லை. வரவேண்டிய பேருந்து வராமல் இருக்கலாம். வீட்டில் திடீரென மின்சாரம் தடைபடலாம். நாம் என்ன செய்யமுடியும்?

நாம் எதிர்பார்ப்பவர் நமக்குப் பிறந்த நாள் வாழ்த்துச் சொல்ல மறந்துவிடலாம், மிகவும் வேண்டியவர் என்று நினைப்பவர்

நம்மிடம் சரியாக நடந்துகொள்ளாமல் போகலாம். எதுவும் சாத்தியம்.

வருத்தம் ஏற்படத்தான் செய்யும். அதனாலென்ன? அதற்கு ஏதோ காரணம் இருக்கும் என்று புரிந்துகொண்டுவிட்டால், டென்ஷன் குறைந்துவிடும்.

Handling Stress

10.டென்ஷனைக் குறைத்துக்கொள்வது எப்படி?

டென்ஷன் என்பது எப்படிப் பார்த்தாலும் நமக்கு விரோதிதான். நம் கண்களை நாமே குத்திக்கொள்வது போல, நம்முடைய டென்ஷன் நம்மைத்தான் கெடுக்கிறது.

இன்னும் வாழவேண்டிய காலம் நிறைய இருக்கிறது. வாழ்க்கையில் உயர வேண்டியதும் நிறைய இருக்கிறது. இந்த இரண்டுக்குமே டென்ஷனைக் குறைப்பது அவசியமாகிறது.

டென்ஷனைக் குறைத்துக்கொள்ள வேண்டும் என்பது புரிகிறது. ஆனால் எப்படி என்பது தெரிந்தால் நன்றாக இருக்குமல்லவா? அதைப் பற்றியும் விரிவாக ஆராய்ச்சி செய்திருக்கிறார்கள். வழிமுறைகளையும் உண்டாக்கியிருக்கிறார்கள்.

டென்ஷனைக் குறைக்கும் வழிமுறை

இது ஐந்து கட்ட வழிமுறை.

1. டென்ஷன் தரக்கூடியவற்றைக் கண்டறிதல்

2. டென்ஷன் வரும்போது ஏற்படும் அடையாளங்களை (சிம்டம்ஸ்) கவனித்தல்

3. டென்ஷன் வரும்போதே, அதை உணர்தல்

4. கட்டுப்படுத்துதல்

5. பழக்கப்படுத்திக்கொள்ளுதல்

ஒவ்வொன்றையும் விவரமாகவே பார்க்கலாம்.

டென்ஷன் தரக்கூடியவற்றைக் கண்டறிதல்

நாம் எல்லோருமே வித்தியாசமானவர்கள். எல்லோரும் ஒரேபோல இருக்கவேண்டுமென்று கட்டாயம் இல்லை. இயற்கையிலேயே நாம் வித்தியாசங்களுடன்தான் படைக்கப்பட்டிருக்கிறோம்.

திறமைகள், அறிவில் மட்டுமல்ல. உணர்ச்சிவசப்படுதல், டென்ஷன் அடைதல் போன்றவற்றிலும்கூட நாம் எல்லாம் வெவ்வேறு விதமானவர்கள்தான்.

சிலருக்குப் பெரிய விஷயங்களில் மட்டும்தான் டென்ஷன் வரும். ஆனால் இன்னும் சிலருக்கோ, வீட்டில் எதிர்பார்த்த சாப்பாடு இல்லாவிட்டால்கூட டென்ஷன்தான்.

வெளியில் போகாதே, அடிக்கடி காசு கேட்காதே, கைபேசியில் பேசிக்கொண்டேயிருக்காதே, அழுக்குச் சட்டையைப் போடாதே என்பது போன்றெல்லாம் வீட்டில் பெரியவர்கள் சாதாரணமாகச் சொன்னால் கூட, கத்த ஆரம்பித்துவிடுவார்கள்.

ஒவ்வொருவருக்கும் ஒவ்வொன்றில் டென்ஷன் வரும். சிலருக்குப் பொய் சொன்னாலே பிடிக்காது. இன்னும் சிலருக்கு ஏமாற்றினால் போயிற்று.

சிலருக்கு அவர்களுடைய பொருள்களை வேறு எவரும்

தொட்டால்கூடப் பிடிக்காது. இன்னும் சிலருக்கு அவர்களுடைய ‘பர்சனல் ஸ்பேஸ்’ மிகவும் முக்கியம். அதனுள் யாரும் வந்துவிடக் கூடாது. தொட்டுப்பேசினால்கூட அலறுவார்கள்.

மற்றவர்கள் எல்லாம் எப்படி என்பது இருக்கட்டும். நாம் எப்படி? நமக்கு எதற்கு டென்ஷன் வரும்? எதற்கெல்லாம் எப்போதெல்லாம் மிக அதிகமாக வரும்?

இந்தக் கேள்விகளுக்கு நமக்கு பதில் தேவை. மேலோட்டமாகப் பார்த்தால் சாதாரணமான சுலபமான கேள்விகள் போலத்தான் தெரியும். ஆனால் விடைகள் சுலபமானதல்ல.

மற்றவர்களின் டென்ஷன் காரணங்களைக்கூட சுலபமாகச் சொல்லிவிடமுடியும். நம்முடையது என்று வரும்போது கண்டுபிடிப்பது சிரமம்தான். ஆனால் முடியும்.

ஏன் சிரமம் தெரியுமா? நாம் டென்ஷன் ஆகும்போது நாம் நம் நிலையில் இருப்பது இல்லை. அதனால்தான். நிதானமாக இருக்கும்போது நடப்பதுதானே நினைவில் இருக்கும்!

சரி. எப்படிக் கண்டுபிடிப்பது?

கடந்த ஓர் ஆண்டில், ஆறு மாதங்களில், ஒரு மாதத்தில் எப்போதெல்லாம் நாம் அதிக கோபப்பட்டோம்? யோசிக்க வேண்டும். ஒரு தாளில் எழுதிக்கொள்ளலாம்.

அடுத்து நம்முடைய பெற்றோரிடம் கேட்கவேண்டும். அம்மாவிடமிருந்தோ, அப்பாவிடமிருந்தோ சரியான தகவல் கிடைக்கும். ஆனால் அவர்களிடம் விவரமாகச் சொல்லிக் கேட்க வேண்டும்.

எதற்கெல்லாம் நான் அதிகம் கோபப்படுகிறேன்? எதற்கெல்லாம் நான் அதிகமாகக் கத்துகிறேன், ‘அப்செட்’ ஆகிறேன்? நல்ல நண்பர்களைக்கூட கேட்கலாம்.

சரியாக யோசித்துச் சொல்ல நேரம் கொடுக்க வேண்டும். சொல்வதை எதிர்ப்பின்றி, மறுத்துப் பேசாமல் எழுதிக்கொள்ள வேண்டும்.

அடுத்து நண்பர்களிடம் இதைப் பற்றிக் கேட்டுத் தெரிந்துகொள்ளலாம். அவர்கள் நம்மோடு நெடுநாள் பழக்கம் உடையவர்களாக இருந்தால் நல்லது.

ஏன்... ஆசிரியர்களிடமும் கேட்கலாம்.

முடிந்தது. இப்போது நம்மிடம் நாம் எதற்கெல்லாம் டென்ஷன் ஆவோம் என்ற ஒரு லிஸ்ட் வந்துவிட்டது.

இதுதான் பிரச்னைகள் பட்டியல்.

நாம் ஒழிக்க வேண்டியவற்றின் (பிராப்ளம்) லிஸ்ட்.

டென்ஷன் வரும்போது ஏற்படும் அடையாளங்களை (சிம்டம்ஸ்) கவனித்தல்

முன்பே பார்த்தோம். டென்ஷன் சும்மா தனியே வராது என்று. மூச்சிரைக்கும். கண்கள் விரியும். நெஞ்சு படபடக்கும். கைகால்கள் உதறலாம். சில்லிடக்கூட செய்யலாம் என்று.

எல்லோருக்கும் ஒரே மாதிரிதான் அடையாளங்கள் ஏற்படும் என்பதில்லை என்பது நமக்குத் தெரியும்.

நாம் டென்ஷன் ஆகும்போது, நம்மிடம் என்னென்ன மாறுதல்கள் ஏற்படுகின்றன?

இதைக் கண்டுபிடிக்க வேண்டும். இதற்குக் கொஞ்சம் மெனக்கட்டால்தான் முடியும்.

இப்படி நமது உடலில் ஏற்படும் மாறுதல்களைக் கவனிக்க ஆரம்பித்தால், நாம் டென்ஷனாகும் நேரங்களை,

விஷயங்களைக்கூடக் கண்டுபிடிக்க முடியும்.

டென்ஷனுக்கான அறிகுறிகளைக் கவனிக்க ஆரம்பித்ததும்தான் அதுவே தெரியவரும்.

அட, ஆமாம் நாம் இவரோடு பேசும்போதெல்லாம் படபடப்பாகப் பேசுகிறோம். ஏன் நமக்கு மூச்சிரைக்கிறது? இப்படி யோசிக்க ஆரம்பிப்போம்.

டென்ஷன் வரும்போதே, அதை உணர்தல்

இப்போது நம்மிடம் இரண்டு தகவல்கள் உள்ளன. எவை நமக்கு டென்ஷனை உண்டாக்குகின்றன? அப்படி டென்ஷன் ஆகும்போது நமது உடலில் என்ன என்ன மாறுதல்கள் ஏற்படும்?

அடுத்து நாம் செய்ய வேண்டியது... நமக்கு டென்ஷன் வருவதற்காகக் காத்திருப்பதுதான். ஆமாம், அடுத்து எப்போது டென்ஷன் வரக்கூடிய சூழ்நிலை ஏற்படும் என்று விழிப்புடன் காத்திருக்க வேண்டும்.

வீட்டில் காபி கொடுத்தால் பல பேர் எப்படிக் குடிக்கிறார்கள்? மடக் மடக் என்று. பேசியபடியே. விளையாடியபடியே. டெலிவிஷன் பார்த்துக்கொண்டே இதனால் காபி குடித்ததேகூட சமயத்தில் அவர்களுக்கு நினைவிருக்காது.

அதையே வேறு மாதிரியாகச் செய்பவர்களும் உண்டு, மிடறு மிடறாக. காபியின் சுவையை அனுபவித்து ரசித்துக் குடிப்பார்கள்.

காபியை மெல்ல மெல்லச் சுவைத்துக் குடிப்பவர்களைப் போன்ற வேலையை 'நாம் இப்போது செய்ய வேண்டும், டென்ஷனை அணு அணுவாகக் கவனிப்பது. நமக்கு வழக்கமாக டென்ஷன் வரக்கூடிய சூழல் உருவாகிவிட்டது என்று வைத்துக்கொள்வோம்.

நாம் நம்மை ஒரு வேற்று ஆள் போல வெளியிலிருந்து கவனிக்க ஆரம்பிக்க வேண்டும்.

டென்ஷன் வரக்கூடிய சூழ்நிலையை - நாம் முன்பே விசாரித்து வைத்திருக்கும் உடலில் ஏற்படும் மாறுதல்களான அறிகுறிக்கும் காட்டிக்கொடுக்கும்.

எப்படி ஒரு மருத்துவர், நோயாளியை மெதுவாக, 'ஸ்டெத்' வைத்துப் பொறுமையாகக் கவனித்துப் பார்ப்பாரோ, அப்படி, நாமே நம்மைக் கவனிக்க வேண்டும். டென்ஷன் வரக்கூடிய சூழ்நிலையில் நாம் என்ன 'ரியாக்ட்' செய்கிறோம் என்று.

இதெல்லாம் முடிகிற வேலையா? கொக்குத் தலையில் வெண்ணெய் வைத்து, அது வெயிலில் உருகி அதன் கண்களில் வழியும். அதனால் கொக்குக்கு கண் சிறிது நேரம் தெரியாது.

அப்போது அதைச் சுலபமாகப் பிடித்துவிடலாம் என்று சொல்வது போல அல்லவா இருக்கிறது என்று தோன்றுகிறதா!

அப்படியெல்லாம் நினைத்து நீங்கள் டென்ஷன் ஆக வேண்டாம்.

இது முடிகிற வேலைதான். செய்திருக்கிறார்கள். வாழ்க்கை முழுக்கப் பயன்படப்போகிற ஒரு செயல் இது. கொஞ்சம் சிரமமாக இருந்தாலும் பொறுமையாகச் செய்யத்தான் வேண்டும். முதல் முறையில் எவருக்குமே வந்துவிடாது. பலமுறை செய்ய வேண்டிவரும்.

அதனால் என்ன? நமக்குப் பயன்படும் ஒரு வேலைதானே... செய்து பார்ப்போம்.

செய்முறைக்கு வரலாம்.

டென்ஷன் வரும் நேரம், விழிப்பாக இருந்து, அது நம்மிடம் உருவாவதை நாமே கவனிக்க வேண்டும். 'நீ வெளியில போடா' என்று பக்கத்து வீட்டுப் பையன் ராமு சத்தம் போடுகிறான்.

தெருவில் போவோர் வருவோர்க்கும் அவன் கத்துவது கேட்கிறது. நமக்கு சுத்தமாகப் பிடிக்கவில்லை. அவமானமாக இருக்கிறது.

அதனால் மூச்சு இரைக்கிறது. (கவனிக்கிறோம்)

'போடான்னா என்ன பார்க்கிற?' இப்போது ராமு வலுக்கட்டாயமாக நம் கையைப் பிடித்து இழுக்கிறான். (நமக்கு ஆத்திரம் வருகிறது- கவனிக்கிறோம்)

'என் சட்டையில் இருந்து கையை எடுடா' நாம் இப்போது கத்துகிறோம் (கவனிக்க வேண்டும்)

'முடியாது என்னடா செய்வே?' அடிப்பதற்காக நம்மைப் பார்த்துக் கையை ஓங்குகிறான் ராமு. அவனை அப்படியே பிடித்துத் தள்ளலாம் போல ஆத்திரமாக வருகிறது. (கவனிக்கிறோம்)

அவன் மேலும் நம் சட்டையை இழுக்க, கோபம் மிகவும் அதிகமாகி, அவன் கன்னத்தில் ஓங்கி ஓர் அறை அடித்துவிடுகிறோம்.

அவன் கத்திக்கொண்டே அவனுடைய வீட்டுக்கு ஓடுகிறான்.

அப்பாவுடன் வருகிறான். அவர் நம் மீது குற்றம் சாட்டுகிறார்.

'என் பையனை ஏண்டா கன்னத்தில் அறைஞ்சே?' என்று சண்டை வலுத்து ஒரு வழியாகச் சமாதானம் ஆகிறது.

இப்படியாக, நம்மிடம் டென்ஷன் வரும் நேரங்களில் நாம் என்ன செய்கிறோம், படிப்படியாக எப்படி நிதானத்தை இழக்கிறோம் என்பதைத் தெரிந்துகொள்ள வேண்டும்.

ஒரு முறை அல்ல. இனி ஒவ்வொரு முறையும் நம்மை நாமே அணுஅணுவாகக் கவனிக்க வேண்டும்.

இப்படியே சில முறை ஆனபின்பு, டென்ஷன் ஏற்படும் சூழல்... அது வருவதற்கான காரணங்கள், அது வரும்போது உடலில் ஏற்படும் மாறுதல்கள், டென்ஷன் ஆகிறபோது நம்முடைய

நடவடிக்கைகளில் படிப்படியாக ஏற்படும் மாறுதல்கள் பற்றியெல்லாம் நல்ல விவரம் இருக்கும்.

கட்டுப்படுத்துதல்

ஆரம்பப் படிப்பு முடிந்து நாம் இப்போது அடுத்த வகுப்புக்குப் போவது போல. இதையும் பல முறை முயன்றுதான் வெற்றிகரமாகச் செய்ய முடியும். முடியவில்லை என்று பாதியில் விடவே கூடாது.

நமக்கு டெஷன் ஏற்படுத்தும் அதே நபர். அல்லது அதே சூழ்நிலை. அதே வாக்குவாதம். அடுத்து அடுத்து என்ன நடக்கும் என்பது நமக்கு அத்துப்படியே ஆகிவிட்டது.

பலமுறை நடைபெறும்போதே பார்த்திருக்கிறோம். கவனித்தும் இருக்கிறோம்.

இந்த முறை, டென்ஷன் ஆவதில்லை என்று முடிவு செய்து கொள்கிறோம். அதே ராமுவையும் அதே உரையாடலையும் எடுத்துக்கொள்ளலாம்.

காட்சி - 1

'நீ வெளியில போடா' என்று பக்கத்து வீட்டுப் பையன் ராமு சத்தம் போடுகிறான். தெருவில் போவோர் வருவோர்க்கும் அவன் கத்துவது கேட்கிறது. நமக்கு சுத்தமாகப் பிடிக்கவில்லை. அவமானமாக இருக்கிறது.

அதனால் மூச்சு இரைக்கிறது. (கவனிக்கிறோம்)

'போடான்னா என்ன பார்க்கிற?' இப்போது ராமு வலுக்கட்டாயமாக நம் கையைப் பிடித்து இழுக்கிறான். (நமக்கு ஆத்திரம் வருகிறது- கவனிக்கிறோம்)

காட்சி-2

முன்போல நாம் ஆத்திரத்தை அனுமதிக்கவில்லை. ‘இம்முறை ஆத்திரப்படப்போவதில்லை’ என்று நமக்கு நாமே சொல்லிக்கொள்கிறோம். (இப்படி முடிவெடுத்ததையும் அதைச் செயல்படுத்துவதையும் சந்தோஷமாகக் கவனிக்கிறோம்)

‘எதுக்குடா நான் வெளியில் போகணும்?’ நிதானமாக ஆனால் உறுதியாகக் கேட்கிறோம் (நம் செய்கை பற்றிய திருப்தியுடன் நம் செயல்பாடுகளைத் தொடர்ந்து கவனிக்கிறோம்)

‘போடான்னா.. என்ன எதிர்க் கேள்வியா கேட்கிற?’ ராமுதான் அடிப்பதற்குக் கையை ஓங்குகிறான்.

நமக்குக் கோபம் வரவில்லை. ஆனால் ராமு இப்படிச் செய்வதை அனுமதிக்கக் கூடாது என்றும் நினைக்கிறோம்.

‘வெளியில்தானே போகணும். சரி வா, உன் அப்பாவிடம் போகலாம்’ என்கிறோம். நம் சட்டையில் இருக்கும் அவன் கையை லகுவாகப் பிரித்து எடுத்து, அவனை அவன் அப்பாவிடம் போகலாம் என்று கூப்பிடுகிறோம்.

நம் குரலில் அதே உறுதி. அவன் டென்ஷனாக இருக்கிறான். ஆனால் நாம்? படு நிதானமாக இருக்கிறோம். நம் நினைப்பில், செயலில் எல்லாவற்றில் ஒரு நிதானம்.

அவ்வளவுதான். நமக்கு வெற்றி கிடைத்துவிட்டது. டென்ஷனை வென்றாகிவிட்டது. ராமு சம்பவம் சுலபமானதாக இருக்கலாம்.

இதைவிடப் பெரிய சிக்கலான டென்ஷன் ஏற்படுத்தும் சம்பவங்கள் வரலாம். ஆனாலும் வழிமுறை இதுவேதான்.

வழிமுறையின் மையக் கரு, சூட்சுமம் எது? டென்ஷன் ஆகும் நேரம் டென்ஷன் ஆகிறோம் என்று உணர்வது.

அது போதும். அந்த நினைப்பு, அந்த நேரம் வருமாறு பார்த்துக் கொண்டுவிட்டால் அதை அனுமதிக்க மாட்டோம். ஆமாம். நாம் நம் பிடியில் இருக்க வேண்டும். நம் மீது நமக்கு இருக்கும் கட்டுப்பாட்டை இழக்கவே கூடாது.

Handling Stress

11.பழக்கப்படுத்திக்கொள்ளுதல்

ஒருமுறை செய்தால் போதுமா? எப்போதும் செய்ய வேண்டும். என்ன மாதிரி டென்ஷன் ஏற்படுத்தும் நிகழ்வுகள் நடந்தாலும் நிதானத்தை இழக்கவேகூடாது. நிதானம் என்பது பலம். பதற்றம் என்பது பலவீனம்.

உடற்பயிற்சி போல, நேர்மையாக இருப்பது போல, இந்த வழிமுறையையும் எல்லா நேரமும் பயன்படுத்த வேண்டும். தவறவே கூடாது. பழக்கப்படுத்திக்கொண்டுவிட்டால், நாம் ஒரு வெற்றியாளர் ஆகிவிடுவோம். இதில் சந்தேகமே வேண்டாம்.

டென்ஷனே போ போ

இதுவரை நாம் படித்துத் தெரிந்துகொண்டது டென்ஷன் வரும்நேரம் அதை எப்படிச் சமாளிக்கலாம் என்பது பற்றி. அதாவது, வந்தபின் தடுக்கும் முறை.

அதைவிடவும் நல்ல வழிகள் இருக்கின்றனவா? இருக்கின்றன. அதுதான் வருமுன் காப்பது. வரவிடாமலே செய்வது.

டென்ஷனே வராமல் செய்யமுடிந்தால் நல்லதுதானே! அதற்கு என்ன வழிமுறை?

சாப்பாட்டிலும் இருக்கிறது சேதி!

சிலர் அதிகமான காரம் உள்ள உணவுகளைச் சாப்பிடுவது வழக்கம். சாப்பிடும் உணவுக்கும் உடம்புக்கும் மட்டுமல்ல, நடவடிக்கைகளுக்கும்கூட தொடர்பு இருப்பதாகக் கண்டறியப் பட்டிருக்கிறது. அதிக காரம், டென்ஷனைக் கொடுக்கும்.

வளருகிற வயதில் நன்றாகச் சாப்பிடவேண்டும் என்பது சரிதான்.

நன்றாக என்றால், சரிவிகிதமான (பால்ன்ஸ்டு) உணவு. எல்லா சுவைகளும் இருக்கவேண்டும். அதேபோல எண்ணெய்ப் பொருள்கள் மற்றும் சிப்ஸ், பீட்சா, பர்கர், சாக்லெட் போன்ற துரித உணவுகள் சாப்பிடுவதையும் கொஞ்சம் குறைத்துக்கொள்ளலாம்.

ஓடி விளையாடு

எல்லா இடங்களுக்கும் வண்டிகளில் போவது, உட்கார்ந்த இடத்தில் இருந்தபடியே எல்லா வேலைகளையும் செய்வது.

பொழுதுபோக்கு என்றால், தொலைக்காட்சி. விளையாட்டு என்றால் இணையம் (இன்டர்நெட்) வீடியோ கேம்ஸ் என்று அதுவும் உட்கார்ந்த இடத்திலேயே என்று இருந்தால், உடல் பருமனாகிவிடும்.

உடல் பருமன் மட்டுமல்ல. அதனால் மனதும் கூட சீக்கிரமே சோர்வாகிவிடும். கண் எரிச்சல் போலவே மனத்திலும் வெறுமை தட்டும். டென்ஷன் வரும்.

டேபிள் பந்து, கால்பந்து, ஹாக்கி, கிரிக்கெட், நீச்சல் போன்ற உடலுக்கு உறுதி தரும் விளையாட்டுகளைக் கட்டாயம் விளையாட வேண்டும். அதேபோல சைக்கிளில் போய்வருவதை வழக்கப்படுத்திக் கொள்ளலாம்.

இவையெல்லாம் முடியாவிட்டாலும், போகுமிடங்களுக்கு நடந்தே போவது. மாடிப்படிகளை நடந்தே ஏறுவது போன்ற பழக்கங்களை ஏற்படுத்திக்கொள்ள வேண்டும். யோகாசனம், தியானம் போன்றவை மனத்துக்கும் அமைதி தரும். இதெல்லாம் டென்ஷனை நிரந்தரமாக விரட்டும் வழிகள்.

தேவையான அளவு தூங்கு

இரவு வெகு நேரம் கண்விழித்து உடலை வருத்திக் கொண்டு படிப்பது. நடுஇரவு தாண்டியும் தொலைக்காட்சி நிகழ்ச்சிகள் பார்ப்பது போன்றவற்றைத் தொடர்ந்து செய்தால், உடல் நலம் சீக்கிரம் கெட்டுவிடும்.

இரவு தேவையான அளவு தூங்காவிட்டால், பகலில் எரிச்சல் வரத்தான் செய்யும். நாள் ஒன்றுக்கு ஆறு மணி நேரத் தூக்கம் அவசியம். உடல்வாகைப் பொறுத்து சிலர் கூடுதலாகவும் தூங்க வேண்டிவரும். தூங்கி எழுந்தவுடன் வாழ்க்கையில் ‘விழிப்புணர்ச்சி, வந்தால் போதும்.’

இதுவும் முக்கியம்

கார் ஓட்டும் சிலரைக் கவனித்திருக்கிறேன். காரில் ரேடியோ பாடும். பண்பலைகளில் பலவிதமான பாடல்கள் மாறி மாறி ஒலிக்கும். சில சமயங்களில் மென்மையான பாடல்கள். வேறு சில சமயங்களில் குத்தாட்டப் பாடல்கள்.

கார் ஓட்டுபவரை அறியாமலேயே காரின் வேகம் கூடுகிறது, குறைகிறது. எப்படி?

எல்லாம் பாடல்களின் வேகம் செய்யும் வேலைதான். மெல்லிசை. அதிக அதிர்வுகள் இல்லாத பாடல்கள் கேட்கும்போது அவரும் ரசித்தபடி மெதுவாகவே ஓட்டுகிறார். பாடல் வேகமெடுக்க,

ஓட்டுனரும் வேகமெடுக்கிறார். இதை ஒருமுறை அல்ல பலமுறை ஆராய்ச்சியாளர்கள் கவனித்திருக்கிறார்கள்.

நாம் பார்ப்பவை கேட்பவைக்கும் நம் மனதுக்கும் நிறையத் தொடர்பு இருக்கிறது. வேகமான இசையைக் கேட்டபடி மெதுவாக ஆடமுடியாது. அப்படித்தான்.

அதனால் பார்க்கும் திரைப்படங்கள், தொலைக்காட்சி நிகழ்ச்சிகள், படிக்கும் புத்தகங்கள் எல்லாம் நம் மனத்தில் தாக்கங்களை உண்டாக்க வல்லவை.

ஆகவே டென்ஷனைக் குறைக்க, டென்ஷன் உண்டாக்கும் காட்சிகளைத் தவிர்ப்பதுதான் நல்லது.

நம் வரை சரியாக இருப்பது

தவறுகள் செய்தால் அதனால் பிரச்னைகள் வரும் என்று தெரியும். அந்தப் பிரச்னைகளைத் தவிர்க்க வேண்டும் என்கிற பதற்றம் வரும். நாம் எல்லாவற்றிலும் சரியாக, நேர்மையாக, ஒழுங்காக, விதிகளைக் கடைப்பிடித்து நடக்கத் தொடங்கிவிட்டால் டென்ஷன் எப்படி எட்டிப் பார்க்கும்?

இவ்வளவு சிரமப்பட்டு டென்ஷனைக் குறைக்க வேண்டுமா என்று கேட்க வேண்டாம். டென்ஷனுக்கு நாம் கொடுக்கும் விலை மிக மிக அதிகம்.

முழுத் தயாரிப்புடன் இருப்பது, சந்திப்பது

ஒரு பெரிய மனிதரை, ஒருவர் திட்டிவிட்டார். பெரிய மனிதர் பதில் ஏதும் சொல்லவில்லை. சிரித்துவிட்டு விட்டுவிட்டார். அவரிடம் கேட்டார்கள், ‘என்ன நீங்கள் சிரித்துக்கொண்டு சும்மா இருக்கிறீர்கள்? அவர் உங்கள் மீது எவ்வளவு பெரிய குற்றம் சொல்லியிருக்கிறார்!’

பெரிய மனிதர் சொன்னார், ‘ஒன்று அந்தக் குற்றம் உண்மையாக இருக்கலாம். அப்படி அது உண்மையாக இருந்தால், நான் பேசாமல்தானே இருக்க வேண்டும். அல்லது, அவர் சொல்லியது பொய்யாக இருக்க வேண்டும். அப்படி அது பொய்யாக இருந்தால் அதற்காக, நான் ஏன் கவலைப்படவேண்டும்? ஆக, எப்படிப் பார்த்தாலும், நான் அவருடைய குற்றச்சாட்டுக்காகக் கவலைப்படவேண்டியதில்லை.’

எப்படி இருக்கிறது பாருங்கள். அவரது மென்மையான ஸ்டேட்மெண்ட். இப்படி முழுத் தயாரிப்புடன் இருந்தால் டென்ஷன் ஏற்பட வாய்ப்பே கிடையாது.

நம்மைப் பற்றிய சரியான எண்ணத்துடன் (‘ஐ ஆம் ஓகே’) என்று இருப்பது

நாம்தான் எல்லாம் தெரிந்தவர் என்று ஆடவும் வேண்டாம். நமக்கு அதிகம் தெரியாது என்று பயப்படவும் வேண்டாம். மற்றவர்களைப் போலத்தான் நானும். என்னாலும் முடியும் என்ற உறுதி நெஞ்சில் எப்போதும் இருக்கவேண்டும்.

இப்படிப்பட்ட *I am Okay* என்கிற எண்ணம் டென்ஷனை அருகிலேயே வரவிடாது. நிறைவாக உணர்பவர்களால் பிரச்னையே இல்லை. பற்றாக்குறை மனது உள்ளவர்களால்தான் பிரச்னை.

அடுத்தவர்களையும் மதிப்பது

எல்லோருக்குமே திறமை இருக்கிறது. எல்லோராலும் முடியும். அடுத்தவர்களுக்கும் விவரம் தெரியும். அவர்களிடமும் நிறையத் திறமைகள் இருக்கின்றன என்று நினைப்பவர்களுக்கு டென்ஷன் குறைவுதான். அவர்கள் மற்றவர்களை மட்டம் தட்ட முயற்சிப் பதில்லை. காயப்படுத்த முயற்சிக்க மாட்டார்கள்.

தவறான எண்ணங்களை இனம் கண்டு அழிப்பது

அடுத்தவர்களின் பொருள்களை, வாய்ப்புகளை அபகரிக்கலாம் திருடலாம் என்று நினைப்பவர்களுக்கு டென்ஷன்தான் கடைசியில் மிஞ்சும். அப்படிப்பட்ட எண்ணங்கள் இல்லாமல் இருப்பது, அப்படிப்பட்ட எண்ணங்கள் வந்துவிட்டாலும் அவற்றை முயற்சித்து அழிப்பது, டென்ஷனை நிரந்தரமாக ஒழிப்பதற்கான வழி நியாயமான ஆசைகள் இருக்கலாம். ஆனால் தவறான ஆசைகள். தொந்தரவைத்தான் கொடுக்கும்.

தவறுகளை ஒப்புக்கொள்வது

தவறு என்பது எல்லோருக்குமே சில சந்தர்ப்பங்களில் தெரிந்தோ தெரியாமலோ நடந்துவிடுகிறது. ஏதோ சில தவறுகளைச் செய்யுமாறு சந்தர்ப்ப சூழ்நிலைகள் அமைந்துவிடலாம்.

பலரும் தவறுகள் செய்துவிட்டு வீறாப்பாக சண்டைக்கு வருவார்கள். ‘அப்படித்தான் செய்வேன். அதனால் என்ன?’ என்றும் கேட்பார்கள்.

அவர்களால் அடுத்தவர்களுக்கு மட்டுமல்ல, அவர்களுக்குமே டென்ஷன்தான்.

காரணம் - செய்த தவறு அவர்களின் மனத்துக்குத் தெரியும். அது சமயத்தில் குத்தத்தான் செய்யும்.

ஆனால் ‘தவறுதான் மன்னித்துக்கொள்’ என்று சொல்ல மனம் (ஈகோ) இடம் தராது.

ஆனால், உண்மையில் பெரிய மனிதர்கள் பட்டென மன்னிப்பு கேட்டுவிடுவார்கள்.

அது யாராக இருந்தாலும், அப்படிக் கேட்டதுடன் பிரச்னை மட்டுமல்ல, மனபாரமும் போய்விடும். மனது ஈஸி ஆகிவிடும். என்ன ஆகுமோ, அவன் என்ன செய்வானோ, அதற்கு என்ன

பந்தோபஸ்து செய்ய வேண்டுமோ என்பன போன்ற டென்ஷன் கிடையாது.

நல்லதே நடக்கும் என்று எதிர்பார்ப்பது

இதை, 'பாசிடிவ் அப்ரோச்' என்பார்கள். இந்தியா ஜெயிக்கும் என்று எதிர்பார்ப்பது. ஜெயித்துக் கொடுப்பார்கள் என்று நம்புவது. நல்லதையே பார்ப்பது.

'ஆப்டிமிஸ்டிக்'கள் (பசுமையான பகுதியை - வாய்ப்பிருக்கும் பகுதியைப் பார்ப்பவர்) டென்ஷன் இல்லாமல் இருப்பார்கள். இது கெடுத்துவிடுமோ, அவர், ஏமாற்றிவிடுவாரோ என்றே எல்லாவற்றையும், எல்லோரையும் பார்ப்பவர்கள், டென்ஷனோடுதான் இருப்பார்கள்.

விட்டுக்கொடுத்தல்

தனக்குரியதை, தனக்குத் தேவைப்படுவதை அடுத்தவர்களுக்குக் கொடுப்பவர்கள் இவர்கள்.

பொதுவாகப் போட்டி மனப்பான்மை இல்லாமல், அடுத்தவர்களுடன் அனுசரித்துப் போகும் மனிதர்களுக்கு எப்போதுமே டென்ஷன் குறைவுதான். அது சாலையில் வண்டியில் போகும்போதுகூடத் தெரியும், அடுத்த வண்டிக்காரருக்கு வழி விடுவார்கள்.

அப்போது ஒரு 'கூல்' உணர்வு ஏற்படும். நாம் படிக்காத பாடப் புத்தகத்தை 'கொடுடா நான் படித்துவிட்டுத் தருகிறேன்' என்று கேட்கும் நண்பனுக்குக் கொடுப்பவர்களை விட்டுக்கொடுப்பவர்கள் என்று சொல்லலாம். பதற்றமில்லாமல் சிரித்துக்கொண்டு அமைதியாக சந்தோஷமாகவே வாழ்பவர்களாக இவர்கள் இருக்கிறார்கள்.

பொறுத்துப் போதல்

தங்களுக்கு மற்றவர்கள் செய்யும் தீங்குகளை, சரி என்று பொறுத்துப் போகிறவர்கள் இவர்கள்.

'மற்றவர்கள் செய்வது தவறுதான். அது நம்மைப் பாதிக்கிறது. ஆனாலும் சரி' என்று பொறுத்துப் போகிற மனநிலை இவர்களுடையது. இப்படி இருந்தாலும் டென்ஷன் வருவதில்லை. ஆனால், சரியான சந்தர்ப்பம் வரும்போது மென்மையான முறையில் எதிராளியின் தவறுகளைத் திருத்தலாம். இவர்களுக்கு டென்ஷன் வருவது கடினம்.

இறுதியாக

இன்றைய போட்டி உலகில் எல்லோரிடமும் டென்ஷன். எல்லாவற்றுக்கும் டென்ஷன். சிறுவர்கள், மாணவியர், குடும்பப் பெண்கள், வேலைக்குப் போகிறவர்கள் என்று எல்லா மக்களிடமும் பரபரப்பும் பதற்றமும் நிறையவே இருக்கின்றன.

வெற்றிபெற வேண்டும் என்கிற பதற்றத்தில் பல தவறுகள் செய்து, பாவம், வெற்றிகளைத் தவற விடுகிறார்கள்.

டென்ஷன் என்பது பலவிதங்களிலும் கெடுதல் செய்கிறது. உடல் பிரச்னைகள் தவிர மன உளைச்சலையும் கொடுத்து முன்னேற்றத்தையும் கெடுக்கிறது.

இப்படிப்பட்ட டென்ஷனைத் தவிர்க்க வழிகள் இருக்கின்றன. டென்ஷன் பற்றிய கவனம் வேண்டும். அது இருந்தால் கொண்டு முறையாகத் தவிர்க்க முடியும். புத்திசாலித்தனம், உடற்பயிற்சி, நல்ல உணவு ஆகியவற்றைக் கொண்டு டென்ஷனை முறியடிக்க வாழ்த்துகள்!

டாக்டர் சோம வள்ளியப்பன்

தமிழகத்தின் அனைத்து முன்னணிப் பத்திரிகைகளிலும் இதழ்களிலும் கட்டுரைகள், தொடர்கள் எழுதுபவர். தொலைக்காட்சிகளில் பங்குச்சந்தை மற்றும் பொருளாதாரம் தொடர்பான நிகழ்ச்சிகளில் கருத்துகள் சொல்பவர். தமிழகம் முழுவதுமிருந்தும் பல்வேறு கல்லூரிகள், அமைப்புகள் மற்றும் நிறுவனங்களால் பேச, பயிற்சி கொடுக்க அழைக்கப்படுபவர். நிர்வாகம், உறவுகள், சுய முன்னேற்றம், பணம், பங்குச்சந்தை, ஆளுமைகள் பற்றி இதுவரை 81 புத்தகங்கள் எழுதியிருக்கிறார். இளங்கலை பொருளாதாரம், MBA மனித வளம் மற்றும் மார்க்கெட்டிங் படித்திருக்கும் சோம வள்ளியப்பன், பெல், பெப்ஸி, வேர்ல்பூல், டாக்டர் ரெட்டீஸ் பவுண்டேஷன், நவியா உள்பட பல்வேறு நிறுவனங்களில் 30 ஆண்டுகள் மனிதவளத்துறையில் பணியாற்றிவிட்டு, தற்போது மேன்மை மேனேஜ்மென்ட் கன்சல்டன்சியின் மேலாண் இயக்குனராகச் சென்னையில் பணிபுரிகிறார். எமோஷனல் இண்டெலிஜென்ஸ் குறித்த ஆய்விற்காக சென்னை பல்கலைக்கழகத்தில் Ph.D. பட்டம் பெற்றவர்.

ஆசிரியரின் பிற நூல்கள்

சுயமுன்னேற்றம்

1. இட்லியாக இருங்கள் எமோஷனல் இண்டெலிஜென்ஸ்
2. எமோஷனல் இண்டெலிஜென்ஸ் 2.0
3. ரசவாதம்: ஏதிலும் பெரும் வெற்றி (NLP பற்றி)
4. தடையேதுமில்லை (சுயமுன்னேற்றக் கட்டுரைகள்)
5. உஷார் உள்ளே பார் (மனமும் சக்தியும்)
6. ஆல் தி பெஸ்ட்! (நீங்கள் விரும்பும் வேலையை வென்றெடுப்பது எப்படி?)
7. தள்ளு (மோட்டிவேஷன்)
8. சின்னத் தூண்டில் பெரிய மீன்
9. சிறுதுளி பெரும் பணம்
10. டீன் தரிகிட (பதின் பருவம்)
11. சொல்லாததையும் செய்!

12. மனதோடு ஒரு சிட்டிங் (கவிதை உறவு முதல் பரிசு)
13. முன்னேற்றம் இந்தப் பக்கம்
14. எல்லோரும் வல்லவரே
15. காதலில் இருந்து திருமணம் வரை
16. சிக்கனம் சேமிப்பு முதலீடு
17. நல்லதாக நாலு வார்த்தை
18. திட்டமிடுவோம் வெற்றிபெறுவோம்
19. அதிகாரம் அல்ல, அன்பு
20. உடல் மனம் புத்தி
21. யார் நீ?
22. உயர... உயர...
23. You vs You: Everything you need to know about Emotional Intelligence
24. உச்சம் தொடு
25. மேன்மை கொள்
26. சொல்லி அடி

பங்குச்சந்தை

1. அள்ள அள்ளப் பணம் - 1 - பங்குச்சந்தை : அடிப்படைகள்
2. அள்ள அள்ளப் பணம் - 2 - பங்குச்சந்தை : அனாலிசிஸ்
3. அள்ள அள்ளப் பணம் - 3 - பங்குச்சந்தை : ஃபியூச்சர்ஸ் அண்ட் ஆப்ஷன்ஸ்
4. அள்ள அள்ளப் பணம் - 4 - பங்குச்சந்தை : போர்ட்ஃபோலியோ முதலீடுகள்
5. அள்ள அள்ளப் பணம் - 5 - பங்குச்சந்தை : டிரேடிங்
6. அள்ள அள்ளப் பணம் - 6 - மியூச்சுவல் ஃபண்ட் (தமிழக அரசு முதல் பரிசு)
7. அள்ள அள்ளப் பணம் - 7 - தங்கம்
8. அள்ள அள்ளப் பணம் - 8 - இன்சூரன்ஸ்
9. அள்ள அள்ளப் பணம் - 9 - கடன்
10. ஆட்டமா? சூதாட்டமா?
11. பங்குகளில் பணம்
12. பங்குச் சந்தை என்றால் என்ன

13. Bulls and Bears - All about Shares
14. ஷேர் பசார் சீக்ரெட்ஸ் (ஹிந்தி)

வியாபாரம்

1. நம்பர் 1 சேல்ஸ்மேன் (சிறந்த விற்பனையாளர் ஆவது எப்படி?)
2. பணமே ஓடி வா
3. வியாபாரத்தில் வெற்றி - தொட்டதெல்லாம் பொன்னாகும்
4. பணம், சில ரகசியங்கள்
5. நேர்மையாக சம்பாதிக்க இவ்வளவு வழிகளா!
6. எந்தத் தொழிலிலும் ஜெயிக்கலாம்
7. பணமின்றி அசையாது உலகு
8. நிதி - சேமிப்பு - முதலீடு - வரி (கேள்வி - பதில்கள்)
9. உலகம் - நாடு - வீடு - பணம் (கேள்வி - பதில்கள் பகுதி -2)
10. சொர்க்கத்தின் சொந்தக்காரர்

நிர்வாகம்

1. ஆளப்பிறந்தவர் நீங்கள் (தலைமைப் பண்புகள்)
2. காலம் உங்கள் காலடியில் (நேர நிர்வாகம்)
3. உலகம் உன் வசம் (கம்யூனிகேஷன்)
4. உறுதி மட்டுமே வேண்டும் (கமிட்மெண்ட்)
5. உறவுகள் மேம்பட (Managing People)
6. சிறந்த நிர்வாகி ஆவது எப்படி?
7. மேனேஜ்மெண்ட் குரு கம்பன்
8. வீட்டுக்கணக்கு
9. நேரத்தை உரமாக்கு (காலம் உங்கள் காலடியில் - 2)
10. சிக்ஸர்: நிர்வாக உத்திகள்

பொருளாதாரம்

1. நாட்டுக் கணக்கு (தமிழக அரசு முதல் பரிசு)
2. நாட்டுக்கணக்கு - 2
3. அதிர்ந்த இந்தியா
4. அவசரம் - உடனடியாகச் செய்யவேண்டிய சமூகப் பொருளாதார மாற்றங்கள்

மாணவர்களுக்கு

1. மன அழுத்தம் விரட்டலாம்
2. இந்தமுறை நீதான்
3. நீங்கள் அசாதாரணமானவர்
4. You are Extraordinary
5. திட்டமிடுவோம் வெற்றிபெறுவோம்
6. எண்ணிய முடிதல் வேண்டும்

மற்றவை

1. எங்குமிருப்பவர் (சாய் சரிதம்)
2. கே. பாலசந்தர் - வேலை டிராமா சினிமா
3. நல்ல மனம் வாழ்க
4. மகிழ்ச்சியாக வாழுங்கள்
5. அப்பா, மகன் - நெருக்கமும் நெருடல்களும்
6. பூங்கொத்து
7. நகரத்தார்கள்
8. புத்தகம் என்னவெல்லாம் செய்யும்

புதினம்

1. நெஞ்சமெல்லாம் நீ
2. பட்டாம்பூச்சிகளின் கண்ணாமூச்சி காலம்
3. ஜெமினி சர்க்கிள் (பாரதி கலை இலக்கியப் பேரவை முதல் பரிசு)

writersomavalliappan@gmail.com
www: writersomavalliappan.in
You Tube: Soma Valliappan